Over 18 million copies sold worldwide

ದ ನ್ಯೂ ಒನ್ ಮಿನಿಟ್ ಮ್ಯಾನೇಜರ್

ಕೆನ್ ಬ್ಲಾಂಚಾರ್ಡ್

'ರೇವಿಂಗ್ ಫ್ಯಾನ್ಸ್' ಮತ್ತು 'ಗಂಗ್ ಹೊ!'ದ ಸಹಲೇಖಕರು

ಸ್ಪೆನ್ಸರ್ ಜಾನ್ಸನ್, ಎಂ.ಡಿ.

'ಹೂ ಮೂವ್ಡ್ ಮೈ ಚೀಸ್'ನ ಲೇಖಕರು

ಕನ್ನಡಕ್ಕೆ ಅನುವಾದ : ದರ್ಶನ್ ಕುಮಾರ್

ದ ನ್ಯೂ ಒನ್ ಮಿನಿಟ್ ಮ್ಯಾನೇಜರ್

ಲೇಖಕರು : ಕೆನ್ ಬ್ಲಾಂಚಾರ್ಡ್ ಮತ್ತು ಸ್ಪೆನ್ಸರ್ ಜಾನ್ಸನ್, ಎಂ. ಡಿ.

ಅನುವಾದಕರು : ದರ್ಶನ್ ಕುಮಾರ್

First Edition: June 2026
Publisher: WOW publishings Pvt. Ltd., Pune
Printer: Trinity Academy For Corporate Training Ltd, Pune, India
ISBN: 978-81-69572-00-2

No. of pages-88
Price: ₹ 125/-

The New One Minute Manager

by Ken Blanchard & Spenser Johnson, M. D.

ಲಾಂಛನ (The Symbol)

"ನಮ್ಮ ಬಿಡುವಿಲ್ಲದ ದಿನಚರಿಯ ನಡುವೆಯೂ ಕನಿಷ್ಠ ಒಂದು ನಿಮಿಷ ಬಿಡುವು ಮಾಡಿಕೊಂಡು, ನಾವು ಮುನ್ನಡೆಸುವ ಜನರ ಮುಖವನ್ನು ಒಮ್ಮೆ ನೋಡಬೇಕು ಎಂಬುದನ್ನು 'ದಿ ನ್ಯೂ ಒನ್ ಮಿನಿಟ್ ಮ್ಯಾನೇಜರ್' ಲಾಂಛನವು ನಮಗೆ ನೆನಪಿಸುತ್ತದೆ. ಅಷ್ಟೇ ಅಲ್ಲ, ಆ ಜನರೇ ನಮ್ಮ ನಿಜವಾದ ಹಾಗೂ ಅತ್ಯಮೂಲ್ಯ ಸಂಪನ್ಮೂಲಗಳು ಎಂಬ ಸತ್ಯವನ್ನು ಅರಿತುಕೊಳ್ಳುವಂತೆ ಮಾಡುವುದೇ ಇದರ ಮುಖ್ಯ ಉದ್ದೇಶ."

ವಿಷಯ ಸೂಚಿ

ಲೇಖಕರ ಮಾತು

ಮೂಲ 'ಒನ್ ಮಿನಿಟ್ ಮ್ಯಾನೇಜರ್' ಪ್ರಕಟಗೊಂಡಂದಿನಿಂದ ಇಂದಿನವರೆಗೆ ಜಗತ್ತು ಸಾಕಷ್ಟು ಬದಲಾಗಿದೆ. ಬದಲಾಗುತ್ತಿರುವ ತಂತ್ರಜ್ಞಾನ ಮತ್ತು ಜಾಗತೀಕರಣದ ವೇಗಕ್ಕೆ ತಕ್ಕಂತೆ ಹೆಜ್ಜೆ ಇಡಲು, ಇಂದಿನ ಸಂಸ್ಥೆಗಳು ಕಡಿಮೆ ಸಂಪನ್ಮೂಲಗಳನ್ನು ಬಳಸಿಕೊಂಡು ಅತಿ ವೇಗವಾಗಿ ಸ್ಪಂದಿಸಬೇಕಾದ ಅನಿವಾರ್ಯತೆಯಿದೆ.

ಈ ವೇಗದ ಜಗತ್ತಿನಲ್ಲಿ ಯಶಸ್ವಿಯಾಗಿ ಮುನ್ನಡೆಯಲು ಮತ್ತು ಉತ್ತಮ ನಾಯಕರಾಗಲು ನಿಮಗೆ ನೆರವಾಗುವ ಉದ್ದೇಶದಿಂದ, 'ದಿ ನ್ಯೂ ಒನ್ ಮಿನಿಟ್ ಮ್ಯಾನೇಜರ್' (The New One Minute Manager) ಅನ್ನು ನಿಮ್ಮ ಮುಂದಿಡಲು ನಾವು ಸಂತೋಷಪಡುತ್ತೇವೆ. ಈಗಾಗಲೇ ಕ್ಲಾಸಿಕ್ ಎನಿಸಿರುವ ಈ ಕಥೆಯ ಮೂಲ ತತ್ವಗಳು ಇಂದಿಗೂ ಪ್ರಸ್ತುತ ಮತ್ತು ಜಗತ್ತಿನಾದ್ಯಂತ ಲಕ್ಷಾಂತರ ಜನರಿಗೆ ದಾರಿದೀಪವಾಗಿವೆ. ಹಾಗಾಗಿ, ಈ ಕಥೆಯ ಬಹುಪಾಲು ಅಂಶಗಳನ್ನು ನಾವು ಹಾಗೆಯೇ ಉಳಿಸಿಕೊಂಡಿದ್ದೇವೆ.

ಆದರೆ, ಕಾಲಕ್ಕೆ ತಕ್ಕಂತೆ ನಮ್ಮ 'ಒನ್ ಮಿನಿಟ್ ಮ್ಯಾನೇಜರ್' ಕೂಡ ಬದಲಾಗಿದ್ದಾನೆ. ಜನರನ್ನು ಮುನ್ನಡೆಸಲು ಮತ್ತು ಪ್ರೇರೇಪಿಸಲು ಈಗ ಅವನು ಎಲ್ಲರನ್ನೂ ಒಳಗೊಳ್ಳುವ, ಹೆಚ್ಚು ಸಹಭಾಗಿತ್ವದ (Collaborative) ಹೊಸ ವಿಧಾನವನ್ನು ಅಳವಡಿಸಿಕೊಂಡಿದ್ದಾನೆ. ಅಂದು ಅವನು ತನ್ನ 'ಮೂರು ರಹಸ್ಯಗಳನ್ನು' ಮೊದಲ ಬಾರಿಗೆ ತಿಳಿಸಿಕೊಡುತ್ತಿದ್ದ ಕಾಲದಲ್ಲಿ, 'ಮೇಲಧಿಕಾರಿಗಳು ಆದೇಶಿಸುವುದು, ಕೆಳಗಿನವರು ಪಾಲಿಸುವುದು' ಅಂದಿನ ಶೈಲಿಯಾಗಿತ್ತು.

ಆದರೆ ಇತ್ತೀಚಿನ ದಿನಗಳಲ್ಲಿ, ಪರಿಣಾಮಕಾರಿ ನಾಯಕತ್ವವೆಂದರೆ ಅದು ಹೆಗಲಿಗೆ ಹೆಗಲು ಕೊಟ್ಟು ಜೊತೆಯಾಗಿ ಕೆಲಸ ಮಾಡುವ ಸುಂದರ ಸಂಬಂಧ. 'ದಿ ನ್ಯೂ ಒನ್ ಮಿನಿಟ್ ಮ್ಯಾನೇಜರ್'ನಲ್ಲಿ ನೀವು ಇದನ್ನು ಸ್ಪಷ್ಟವಾಗಿ ಕಾಣಬಹುದು. ಇಂದು ಜನರು ಕೇವಲ ಆರ್ಥಿಕ ಅಗತ್ಯಗಳಿಗಾಗಿ ಯಾಂತ್ರಿಕವಾಗಿ ಕೆಲಸ ಮಾಡಲು ಸಿದ್ಧರಿಲ್ಲ; ಬದಲಿಗೆ ತಮ್ಮ ವೃತ್ತಿ ಮತ್ತು ವೈಯಕ್ತಿಕ ಬದುಕಿನಲ್ಲಿ ಹೆಚ್ಚಿನ ಸಾರ್ಥಕತೆಯನ್ನು ಹುಡುಕುತ್ತಿದ್ದಾರೆ. ಅವರು ಕೆಲಸದಲ್ಲಿ ಸಂಪೂರ್ಣವಾಗಿ ತೊಡಗಿಸಿಕೊಳ್ಳಲು ಮತ್ತು ಅರ್ಥಪೂರ್ಣ ಕೊಡುಗೆ ನೀಡಲು ಬಯಸುತ್ತಾರೆ.

'ದ ನ್ಯೂ ಒನ್ ಮಿನಿಟ್ ಮ್ಯಾನೇಜರ್'(ಹೊಸ ಒಂದು ನಿಮಿಷದ ಮ್ಯಾನೇಜರ್)

ಈ ಸತ್ಯವನ್ನು ಅರಿತಿದ್ದಾನೆ. ಸಂಸ್ಥೆಯ ಯಶಸ್ಸಿಗೆ ಉದ್ಯೋಗಿಗಳೇ ಪ್ರಮುಖ ರೂವಾರಿಗಳು ಎಂಬುದು ಅವನಿಗೆ ತಿಳಿದಿದೆ. ಪ್ರತಿಭಾನ್ವಿತರನ್ನು ಆಕರ್ಷಿಸುವುದು ಮತ್ತು ಅವರನ್ನು ಉಳಿಸಿಕೊಳ್ಳುವುದು ಇಂದಿನ ದೊಡ್ಡ ಆದ್ಯತೆ ಎಂಬುದನ್ನು ಅವನು ಮನಗಂಡಿದ್ದಾನೆ. ತನ್ನ ಈ ಹೊಸ ವಿಧಾನವನ್ನು ಅವನು ಹೇಗೆ ಬಳಸಿಕೊಳ್ಳುತ್ತಾನೆ ಎಂಬುದೇ ಇಲ್ಲಿನ ಮುಖ್ಯ ಗುಟ್ಟು.

ಪ್ರಾಚೀನ ಕಾಲದ ದಾರ್ಶನಿಕ ಕನ್ಫ್ಯೂಷಿಯಸ್ ಹೇಳುವಂತೆ: "ಜ್ಞಾನದ ನಿಜವಾದ ಸಾರವಿರುವುದು ಅದನ್ನು ಹೊಂದಿರುವುದರಲ್ಲಲ್ಲ, ಬದಲಾಗಿ ಅದನ್ನು ಬಳಸುವುದರಲ್ಲಿ."

ಬದಲಾಗುತ್ತಿರುವ ಈ ಜಗತ್ತಿನಲ್ಲಿ ಯಶಸ್ವಿಯಾಗಲು, ಈ ಪುಸ್ತಕದ ಮೂಲಕ ನೀವು ಕಂಡುಕೊಳ್ಳುವ 'ಮೂರು ರಹಸ್ಯಗಳನ್ನು' ನಿಮ್ಮ ಜೀವನದಲ್ಲಿ ಅಳವಡಿಸಿಕೊಳ್ಳುತ್ತೀರಿ ಎಂದು ನಾವು ನಂಬಿದ್ದೇವೆ, ಕೇವಲ ಕಚೇರಿಯ ಸಹೋದ್ಯೋಗಿಗಳೊಂದಿಗೆ ಮಾತ್ರವಲ್ಲದೆ, ನಿಮ್ಮ ಕುಟುಂಬ ಮತ್ತು ಸ್ನೇಹಿತರೊಂದಿಗೂ ಕೂಡ.

ನೀವು ಹಾಗೆ ಮಾಡಿದರೆ, ನಿಮ್ಮೊಡನೆ ಕೆಲಸ ಮಾಡುವ ಹಾಗೂ ಜೀವಿಸುವ ಪ್ರತಿಯೊಬ್ಬರೂ ಇನ್ನಷ್ಟು ಆರೋಗ್ಯಕರ, ಸಂತೋಷದಾಯಕ ಮತ್ತು ಹೆಚ್ಚು ಉತ್ಪಾದಕ (Productive) ಜೀವನವನ್ನು ನಡೆಸಲು ಸಾಧ್ಯವಾಗುತ್ತದೆ ಎಂಬ ವಿಶ್ವಾಸ ನಮ್ಮದು.

ಕೆನ್ ಬ್ಲಾಂಚರ್ಡ್, ಪಿಎಚ್.ಡಿ

ಸ್ಪೆನ್ಸರ್ ಜಾನ್ಸನ್, ಎಮ್.ಡಿ

ಹುಡುಕಾಟ

ಹಿಂದೊಮ್ಮೆ, ಇಂದಿನ ಬದಲಾಗುತ್ತಿರುವ ಜಗತ್ತಿನಲ್ಲಿ ಸಮರ್ಥವಾಗಿ ಮುನ್ನಡೆಸಬಲ್ಲ ಮತ್ತು ನಿರ್ವಹಿಸಬಲ್ಲ ಒಬ್ಬ ವಿಶೇಷ ಮ್ಯಾನೇಜರ್‌ನ ಹುಡುಕಾಟದಲ್ಲಿ ಬುದ್ಧಿವಂತ ಯುವಕನೊಬ್ಬನಿದ್ದನು.

ಜನರ ವೃತ್ತಿ ಮತ್ತು ವೈಯಕ್ತಿಕ ಬದುಕಿನ ನಡುವೆ ಸಮತೋಲನ ಕಾಯ್ದುಕೊಳ್ಳಲು ಪ್ರೋತ್ಸಾಹಿಸುವ ಮೂಲಕ, ಅವರ ಬದುಕನ್ನು ಇನ್ನಷ್ಟು ಅರ್ಥಪೂರ್ಣ ಹಾಗೂ ಸಂತೋಷದಾಯಕವಾಗಿಸುವ ಮ್ಯಾನೇಜರ್ ಅನ್ನು ಹುಡುಕುವುದು ಅವನ ಉದ್ದೇಶವಾಗಿತ್ತು.

ಅಂಥವರ ಕೈಕೆಳಗೆ ಕೆಲಸ ಮಾಡಬೇಕೆಂಬುದು ಹಾಗೂ ತಾನೂ ಅಂತಹದ್ದೇ ಒಬ್ಬ ಮ್ಯಾನೇಜರ್ ಆಗಬೇಕೆಂಬುದು ಅವನ ಕನಸಾಗಿತ್ತು. ಈ ಹುಡುಕಾಟಕ್ಕಾಗಿ ಅವನು ವರ್ಷಗಳ ಕಾಲ ಪ್ರಪಂಚದ ಮೂಲೆ ಮೂಲೆಗಳನ್ನು ಸುತ್ತಿದನು. ಅವನು ಸಣ್ಣ ಪುಟ್ಟ ಪಟ್ಟಣಗಳಿಂದ ಹಿಡಿದು ಶಕ್ತಿಶಾಲಿ ರಾಷ್ಟ್ರಗಳ ರಾಜಧಾನಿಗಳವರೆಗೂ ಭೇಟಿ ನೀಡಿದ್ದನು.

ವೇಗವಾಗಿ ಬದಲಾಗುತ್ತಿರುವ ಈ ಜಗತ್ತಿಗೆ ಒಗ್ಗಿಕೊಳ್ಳಲು ಪ್ರಯತ್ನಿಸುತ್ತಿದ್ದ ಅನೇಕ ಮ್ಯಾನೇಜರ್‌ಗಳ ಜೊತೆ ಅವನು ಮಾತನಾಡಿದ್ದನು. ಉನ್ನತ ಅಧಿಕಾರಿಗಳು, ಉದ್ಯಮಿಗಳು, ಸರ್ಕಾರಿ ಆಡಳಿತಗಾರರು, ಸೇನಾ ಸಿಬ್ಬಂದಿಗಳು, ವಿಶ್ವವಿದ್ಯಾನಿಲಯದ ಕುಲಪತಿಗಳು ಹಾಗೂ ವಿವಿಧ ಸಂಸ್ಥೆಗಳ ನಿರ್ದೇಶಕರು; ಅಷ್ಟೇ ಅಲ್ಲದೆ ಅಂಗಡಿ ಮುಂಗಟ್ಟುಗಳು, ರೆಸ್ಟೋರೆಂಟ್‌ಗಳು, ಬ್ಯಾಂಕ್‌ಗಳು ಹಾಗೂ ಹೋಟೆಲ್‌ಗಳ ಮ್ಯಾನೇಜರ್‌ಗಳು; ಹೀಗೆ ಯುವಕರು–ವೃದ್ಧರು, ಸ್ತ್ರೀ–ಪುರುಷರೆನ್ನದೆ ಎಲ್ಲರೊಂದಿಗೂ ಅವನು ಚರ್ಚಿಸಿದ್ದನು.

ದೊಡ್ಡದಿರಲಿ–ಸಣ್ಣದಿರಲಿ, ಐಷಾರಾಮಿಯಾಗಿರಲಿ–ಸಾಧಾರಣವಾಗಿರಲಿ, ಕಿಟಕಿಗಳಿರಲಿ–ಇಲ್ಲದಿರಲಿ – ಹೀಗೆ ಪ್ರತಿಯೊಂದು ರೀತಿಯ ಕಚೇರಿಗಳಿಗೂ ಅವನು ಭೇಟಿ ನೀಡಿದ್ದನು.

ಒಬ್ಬ ವ್ಯಕ್ತಿ ಮತ್ತೊಬ್ಬ ವ್ಯಕ್ತಿಯಿಂದ ಹೇಗೆ ಕೆಲಸ ಮಾಡಿಸುತ್ತಾನೆ ಎನ್ನುವುದರ ಒಟ್ಟಾರೆ ಚಿತ್ರಣ ಅವನಿಗೆ ನಿಧಾನವಾಗಿ ಅರ್ಥವಾಗತೊಡಗಿತ್ತು.

ಆದರೆ, ಅಲ್ಲಿ ಕಂಡದ್ದು ಅವನಿಗೆ ಅಷ್ಟೇನೂ ಸಮಾಧಾನ ತಂದಿರಲಿಲ್ಲ.

ಆತ ಹಲವಾರು "ಗಂಭೀರ" ಮ್ಯಾನೇಜರ್‌ಗಳನ್ನು ಭೇಟಿಯಾಗಿದ್ದನು. ಅವರ ಸಂಸ್ಥೆಗಳೇನೋ ಗೆಲುವಿನ ಹಾದಿಯಲ್ಲಿದ್ದವು, ಆದರೆ ಅಲ್ಲಿ ದುಡಿಯುವ ನೌಕರರು ಮಾತ್ರ ಸೋತವರಂತೆ, ಬಸವಳಿದವರಂತೆ ಕಾಣುತ್ತಿದ್ದರು.

ಅಂತಹವರನ್ನು ಕೆಲವರು 'ಉತ್ತಮ ಮ್ಯಾನೇಜರ್‌ಗಳು' ಎಂದು ಕರೆಯುತ್ತಿದ್ದರು, ಆದರೆ ಬಹುಪಾಲು ಜನರ ಅಭಿಪ್ರಾಯ ಅದಕ್ಕೆ ತದ್ವಿರುದ್ಧವಾಗಿತ್ತು.

ಆ "ಗಂಭೀರ" ವ್ಯಕ್ತಿಗಳ ಕಚೇರಿಯಲ್ಲಿ ಕುಳಿತು ಈ ಯುವಕ ಅವರಲ್ಲಿ ಒಂದು ಪ್ರಶ್ನೆ ಕೇಳುತ್ತಿದ್ದ:

"ನಿಮ್ಮ ಪ್ರಕಾರ, ನೀವು ಎಂತಹ ಮ್ಯಾನೇಜರ್?"

ಎಲ್ಲರ ಉತ್ತರಗಳಲ್ಲೂ ಅಷ್ಟೇನೂ ವ್ಯತ್ಯಾಸವಿರಲಿಲ್ಲ; ಹೆಚ್ಚು ಕಡಿಮೆ ಒಂದೇ ಆಗಿರುತ್ತಿದ್ದವು.

"ನಾನೊಬ್ಬ ಅಂತಿಮ ಫಲಿತಾಂಶವನ್ನು ಮಾತ್ರ ನಂಬುವ ಮ್ಯಾನೇಜರ್". ಪ್ರತಿಯೊಂದು ಸನ್ನಿವೇಶವೂ ನನ್ನ ಹಿಡಿತದಲ್ಲಿರಬೇಕೆಂದು ಬಯಸುವವನು" ಎನ್ನುತ್ತಿದ್ದರು. ಜೊತೆಗೆ "ಕಟ್ಟುನಿಟ್ಟಿನವನು," "ವಾಸ್ತವವಾದಿ," "ಲಾಭದ ಬಗ್ಗೆಯೇ ಹೆಚ್ಚು ಗಮನ ಹರಿಸುವವನು" ಎಂದೆಲ್ಲಾ ತಮ್ಮನ್ನು ತಾವು ಬಣ್ಣಿಸಿಕೊಳ್ಳುತ್ತಿದ್ದರು.

ತಾವು ಮೊದಲಿನಿಂದಲೂ ಇದೇ ರೀತಿ ಕೆಲಸ ಮಾಡಿಸಿಕೊಂಡು ಬಂದಿದ್ದೇವೆ ಮತ್ತು ಈ ಶೈಲಿಯನ್ನು ಬದಲಾಯಿಸಿಕೊಳ್ಳುವ ಯಾವುದೇ ಅಗತ್ಯ ತಮಗಿಲ್ಲ ಎಂದು ಅವರು ಹೇಳುತ್ತಿದ್ದರು.

ಅವರ ಮಾತುಗಳಲ್ಲಿ ಎದ್ದು ಕಾಣುತ್ತಿದ್ದ ಆ ಅಹಂಕಾರ ಹಾಗೂ ಕೇವಲ 'ಫಲಿತಾಂಶ'ದ ಮೇಲಿದ್ದ ಅವರ ತೀವ್ರ ಒಲವನ್ನು ಈ ಯುವಕ ಸ್ಪಷ್ಟವಾಗಿ ಗಮನಿಸಿದನು.

ಈ ಯುವಕ ಅನೇಕ "ಮೃದು ಸ್ವಭಾವದ" ಮ್ಯಾನೇಜರ್‌ಗಳನ್ನೂ ಭೇಟಿಯಾಗಿದ್ದನು. ಅವರ ಕೈಕೆಳಗೆ ಕೆಲಸ ಮಾಡುವ ನೌಕರರು ಖುಷಿಯಾಗಿದ್ದರೆ, ಅವರ ಸಂಸ್ಥೆಗಳು ಮಾತ್ರ ನಷ್ಟದ ಹಾದಿಯಲ್ಲಿದ್ದವು.

ಅವರ ಅಧೀನದಲ್ಲಿ ಕೆಲಸ ಮಾಡುವವರಲ್ಲಿ ಕೆಲವರು ಇವರನ್ನು ಉತ್ತಮ ಮ್ಯಾನೇಜರ್‌ಗಳು ಎಂದೇ ಭಾವಿಸಿದ್ದರು.

ಆದರೆ, ಈ ಮ್ಯಾನೇಜರ್‌ಗಳು ಯಾರಿಗೆ ವರದಿ ಒಪ್ಪಿಸಬೇಕಿತ್ತೋ ಆ ಮೇಲಧಿಕಾರಿಗಳಿಗೆ ಮಾತ್ರ ಇವರ ಕಾರ್ಯವೈಖರಿಯ ಬಗ್ಗೆ ಅನುಮಾನಗಳಿದ್ದವು.

ಈ ಯುವಕ ಆ " ಮೃದು ಸ್ವಭಾವದ " ಮ್ಯಾನೇಜರ್‌ಗಳ ಕಚೇರಿಯಲ್ಲಿ ಕುಳಿತು ಹಿಂದಿನ ಅದೇ ಪ್ರಶ್ನೆಯನ್ನು ಕೇಳಿದಾಗ, ಅವನಿಗೆ ಇಂತಹ ಉತ್ತರಗಳು ಕೇಳಿಬಂದವು:

"ನಾನು ಎಲ್ಲರನ್ನೂ ಒಳಗೊಳ್ಳುವ ಮ್ಯಾನೇಜರ್," "ಬೆಂಬಲ ನೀಡುವವನು," "ಇತರರ ಕಷ್ಟಗಳನ್ನು ಅರ್ಥಮಾಡಿಕೊಳ್ಳುವವನು," "ಮಾನವೀಯತೆಯುಳ್ಳವನು."

ತಾವು ಮೊದಲಿನಿಂದಲೂ ಇದೇ ಶೈಲಿಯಲ್ಲಿ ಕೆಲಸ ನಿರ್ವಹಿಸಿಕೊಂಡು ಬಂದಿದ್ದೇವೆ ಮತ್ತು ಈಗ ಅದನ್ನು ಬದಲಾಯಿಸಿಕೊಳ್ಳುವ ಯಾವುದೇ ಅಗತ್ಯ ತಮಗಿಲ್ಲ ಎಂದು ಅವರೂ ಸಹ ಹೇಳಿದರು.

ಅವರ ಧ್ವನಿಯಲ್ಲಿದ್ದ ಹೆಮ್ಮೆ ಹಾಗೂ ನೌಕರರ ಮೇಲಿದ್ದ ಅವರ ಕಾಳಜಿಯನ್ನು ಈ ಯುವಕ ಗಮನಿಸಿದನು.

ಆದರೆ, ಇವೆಲ್ಲವೂ ಅವನ ಮನಸ್ಸಿನಲ್ಲಿ ಒಂದು ರೀತಿಯ ಗೊಂದಲವನ್ನು ಹಾಗೂ ಅಸಮಾಧಾನವನ್ನು ಮೂಡಿಸಿದವು.

ಪ್ರಪಂಚದ ಬಹುಪಾಲು ಮ್ಯಾನೇಜರ್‌ಗಳು ತಮ್ಮ ಹಳೆಯ ಆಡಳಿತ ಶೈಲಿಯನ್ನೇ ಇಂದಿಗೂ ಮುಂದುವರಿಸಿಕೊಂಡು ಬರುತ್ತಿರುವಂತೆ ಭಾಸವಾಗುತ್ತಿತ್ತು. ಅವರ ಆಸಕ್ತಿ ಕೇವಲ 'ಫಲಿತಾಂಶ'ದ ಮೇಲೋ ಅಥವಾ 'ಜನರ' ಮೇಲೋ ಮಾತ್ರ ನೆಲೆಗೊಂಡಿತ್ತು.

ಫಲಿತಾಂಶದ ಕಡೆಗೆ ಹೆಚ್ಚು ಗಮನಹರಿಸುವ ಮ್ಯಾನೇಜರ್‌ಗಳನ್ನು ಸಾಮಾನ್ಯವಾಗಿ 'ಸರ್ವಾಧಿಕಾರಿ'ಗಳೆಂದೂ, ಜನರ ಬಗ್ಗೆ ಕಾಳಜಿ ಹೊಂದಿರುವವರನ್ನು 'ಪ್ರಜಾಸತ್ತಾತ್ಮಕ'ರೆಂದೂ ಕರೆಯಲಾಗುತ್ತಿತ್ತು.

ಈ ಯುವಕನ ಪ್ರಕಾರ, ಈ ಎರಡು ಬಗೆಯ ಮ್ಯಾನೇಜರ್‌ಗಳು – ಅಂದರೆ ಆ "ಕಠಿಣ" ಸರ್ವಾಧಿಕಾರಿ ಮತ್ತು ಆ "ಒಳ್ಳೆಯ" ಪ್ರಜಾಸತ್ತಾತ್ಮಕರಿಬ್ಬರೂ – ಕೇವಲ ಅರ್ಧದಷ್ಟು ಮಾತ್ರ ಯಶಸ್ವಿ. ಇದು ಒಂಥರಾ 'ಅರ್ಧ ಮ್ಯಾನೇಜರ್' ಆದಂತೆ ಎನ್ನುವುದು ಅವನ ಅನಿಸಿಕೆಯಾಗಿತ್ತು.

ಆತ ದಣಿದು, ಹತಾಶನಾಗಿ ಮನೆಗೆ ಮರಳಿದನು.

ಬಹುಶಃ ಅವನು ಎಂದೋ ತನ್ನ ಈ ಹುಡುಕಾಟವನ್ನು ಕೈಬಿಡಬಹುದಿತ್ತು. ಆದರೆ ಅವನಿಗೊಂದು ದೊಡ್ಡ ಅನುಕೂಲವಿತ್ತು; ತಾನು ನಿಖರವಾಗಿ ಎಂಥವರನ್ನು ಹುಡುಕುತ್ತಿದ್ದೇನೆ ಎಂಬ ಸ್ಪಷ್ಟತೆ ಅವನ ಮನಸ್ಸಿನಲ್ಲಿತ್ತು.

ಬದಲಾಗುತ್ತಿರುವ ಈ ಕಾಲಘಟ್ಟದಲ್ಲಿ, ಪರಿಣಾಮಕಾರಿ ಮ್ಯಾನೇಜರ್‌ಗಳು ತಮ್ಮನ್ನು ತಾವು ನಿರ್ವಹಿಸಿಕೊಳ್ಳುವುದರ ಜೊತೆಗೆ, ತಮ್ಮ ಸಹೋದ್ಯೋಗಿಗಳನ್ನೂ ಸಮರ್ಥವಾಗಿ ಮುನ್ನಡೆಸುತ್ತಾರೆ. ಅವರ ಈ ಗುಣದಿಂದ ಸಂಸ್ಥೆ ಹಾಗೂ ನೌಕರರು ಇಬ್ಬರಿಗೂ ಒಳಿತಾಗುತ್ತದೆ ಎಂಬುದು ಅವನ ನಂಬಿಕೆಯಾಗಿತ್ತು.

ಆ ಯುವಕ ಒಬ್ಬ ಸಮರ್ಥ ಮ್ಯಾನೇಜರ್‌ಗಾಗಿ ಎಲ್ಲೆಡೆ ಹುಡುಕಾಡಿದ್ದನು, ಆದರೆ ಅವನಿಗೆ ಸಿಕ್ಕಿದ್ದು ಬೆರಳೆಣಿಕೆಯಷ್ಟು ಮಂದಿ ಮಾತ್ರ. ಆ ಸಿಕ್ಕ ಕೆಲವರೂ ಕೂಡ ತಮ್ಮ ಯಶಸ್ಸಿನ ಗುಟ್ಟನ್ನು ಅವನೊಂದಿಗೆ ಹಂಚಿಕೊಳ್ಳಲು ಸಿದ್ಧರಿರಲಿಲ್ಲ.

ತಾನು ಹುಡುಕುತ್ತಿರುವುದು ಬಹುಶಃ ತನಗೆಂದಿಗೂ ಸಿಗಲಿಕ್ಕಿಲ್ಲವೇನೋ ಎಂದು ಅವನು ನಿರಾಶೆಗೊಳ್ಳತೊಡಗಿದ್ದನು.

ಆಗಲೇ ಅವನ ಕಿವಿಗೆ ಅಚ್ಚರಿಯೆಂಬಂತೆ ಪಕ್ಕದ ಪಟ್ಟಣದಲ್ಲೇ ವಾಸಿಸುತ್ತಿದ್ದ ಒಬ್ಬ ವಿಶೇಷ ಮ್ಯಾನೇಜರ್‌ನ ಬಗ್ಗೆ ಅದ್ಭುತವಾದ ಮಾತುಗಳು ಕೇಳಿಬಂದವು. ಆ ವ್ಯಕ್ತಿಯ ಜೊತೆ ಕೆಲಸ ಮಾಡಲು ಜನರು ಇಷ್ಟಪಡುತ್ತಾರೆ ಮತ್ತು ಅವರೆಲ್ಲರೂ ಸೇರಿ ಅದ್ಭುತವಾದ ಫಲಿತಾಂಶಗಳನ್ನು ಸಾಧಿಸುತ್ತಾರೆ ಎಂಬುದನ್ನು ಅವನು ಕೇಳಿ ತಿಳಿದನು.

ಅಷ್ಟೇ ಅಲ್ಲದೆ, ಆ ಮ್ಯಾನೇಜರ್‌ನ ತತ್ವಗಳನ್ನು ತಮ್ಮ ವೈಯಕ್ತಿಕ ಬದುಕಿನಲ್ಲಿ ಅಳವಡಿಸಿಕೊಂಡಾಗಲೂ ಜನರು ಉತ್ತಮ ಫಲಿತಾಂಶಗಳನ್ನು ಕಂಡಿದ್ದರು ಎಂಬ ಮಾತೂ ಅವನಿಗೆ ತಿಳಿಯಿತು.

ಈ ಕಥೆಗಳೆಲ್ಲಾ ನಿಜವೇ ಇರಬಹುದೇ? ಒಂದು ವೇಳೆ ನಿಜವೇ ಆಗಿದ್ದರೆ, ಆ ವ್ಯಕ್ತಿ ತನ್ನ ಯಶಸ್ಸಿನ ಗುಟ್ಟನ್ನು ನನ್ನೊಂದಿಗೆ ಹಂಚಿಕೊಳ್ಳಲು ಒಪ್ಪುತ್ತಾನೆಯೇ? ಎಂಬ ಪ್ರಶ್ನೆಗಳು ಅವನನ್ನು ಕಾಡಿದವು.

ತನ್ನ ಕುತೂಹಲ ತಡೆಯಲಾರದೆ, ಅವರನ್ನು ಭೇಟಿಯಾಗಲು ಸಮಯ ನಿಗದಿಪಡಿಸಿಕೊಳ್ಳಬಹುದೇ ಎಂದು ತಿಳಿಯಲು, ಅವನು ಆ ವಿಶೇಷ ಮ್ಯಾನೇಜರ್‌ನ ಸಹಾಯಕಿಗೆ ಕರೆ ಮಾಡಿದನು. ಅವನ ಅಚ್ಚರಿಗೆಂಬಂತೆ, ಆ ಸಹಾಯಕಿ ತಕ್ಷಣವೇ ಕರೆಯನ್ನು ನೇರವಾಗಿ ಆ ಮ್ಯಾನೇಜರ್‌ಗೇ ಸಂಪರ್ಕಿಸಿದಳು.

ತಾನು ಅವರನ್ನು ಯಾವಾಗ ಭೇಟಿಯಾಗಬಹುದು ಎಂದು ಯುವಕ ಕೇಳಿದಾಗ, ಆ ಮ್ಯಾನೇಜರ್, "ಬುಧವಾರ ಮುಂಜಾನೆಯನ್ನು ಹೊರತುಪಡಿಸಿ, ಈ ವಾರ ನೀನು ಯಾವಾಗ ಬೇಕಾದರೂ ಬರಬಹುದು. ಸಮಯವನ್ನು ನೀನೇ ನಿರ್ಧರಿಸು," ಎಂದರು.

ಯುವಕನಿಗೆ ಗೊಂದಲವಾಯಿತು. ಇಷ್ಟೊಂದು ಬಿಡುವು ಮಾಡಿಕೊಂಡಿರುವ ಎಂಥಾ ಮ್ಯಾನೇಜರ್ ಇರಬಹುದು ಈತ? ಎಂಬ ಗೊಂದಲದ ಜೊತೆಗೇ, ಅದಕ್ಕಿಂತಲೂ ಹೆಚ್ಚಿನ ಕುತೂಹಲದಿಂದ ಅವನು ಆ ಮ್ಯಾನೇಜರ್ ಅನ್ನು ನೋಡಲು ಹೊರಟನು.

ದ ನ್ಯೂ ಒನ್ ಮಿನಿಟ್ ಮ್ಯಾನೇಜರ್

ಯುವಕ ಮ್ಯಾನೇಜರ್ ಕಚೇರಿಯನ್ನು ತಲುಪಿದಾಗ, ಅವರು ಕಿಟಕಿಯಿಂದ ಹೊರಗೆ ನೋಡುತ್ತಾ ನಿಂತಿದ್ದರು. ಯುವಕನನ್ನು ಕಂಡೊಡನೆ ಹಿಂದಿರುಗಿ, ಆತನನ್ನು ಕೂರಲು ಹೇಳಿ, "ನಾನು ನಿನಗೆ ಹೇಗೆ ಸಹಾಯ ಮಾಡಬಲ್ಲೆ?" ಎಂದು ಕೇಳಿದರು.

"ನಾನು ನಿಮ್ಮ ಬಗ್ಗೆ ಸಾಕಷ್ಟು ಮಾತುಗಳನ್ನು ಕೇಳಿದ್ದೇನೆ. ನೀವು ಜನರಿಂದ ಕೆಲಸ ಮಾಡಿಸುವ ಶೈಲಿಯ ಬಗ್ಗೆ ಇನ್ನಷ್ಟು ತಿಳಿದುಕೊಳ್ಳಲು ನನಗೆ ಬಹಳ ಕೌತುಕವಾಗಿದೆ/ಕುತೂಹಲವಾಗಿದೆ," ಎಂದು ಯುವಕ ಉತ್ತರಿಸಿದನು.

"ನೋಡು, ಪ್ರಸ್ತುತ ಆಗುತ್ತಿರುವ ಬದಲಾವಣೆಗಳಿಗೆ ತಕ್ಕಂತೆ ನಾವು ನಮ್ಮ ಹಳೆಯ ಯಶಸ್ವಿ ವಿಧಾನಗಳನ್ನೇ ಕೆಲವು ಹೊಸ ವಿಧಾನಗಳಲ್ಲಿ ಬಳಸುತ್ತಿದ್ದೇವೆ. ಆದರೆ ಅದರ ಬಗ್ಗೆ ಆಮೇಲೆ ಮಾತನಾಡೋಣ. ಮೊದಲು ಮೂಲಭೂತ ವಿಷಯಗಳಿಂದಲೇ ಶುರು ಮಾಡೋಣ.

"ಹಿಂದೆ ನಮ್ಮದು 'ಮೇಲಧಿಕಾರಿಯಿಂದ-ಕೆಳಮಟ್ಟದವರೆಗೆ' ನಿರ್ದೇಶನ ನೀಡುವ ಆಡಳಿತ ವ್ಯವಸ್ಥೆಯಾಗಿತ್ತು. ಆ ಕಾಲಕ್ಕೆ ಅದು ಸರಿಹೊಂದುತ್ತಿತ್ತು. ಆದರೆ ಇಂದಿನ ದಿನಗಳಲ್ಲಿ ಆ ವ್ಯವಸ್ಥೆ ತೀರಾ ನಿಧಾನ. ಅದರಿಂದ ಜನರಿಗೆ ಯಾವುದೇ ಸ್ಫೂರ್ತಿ ಸಿಗುವುದಿಲ್ಲ ಮತ್ತು ಅದು ಹೊಸ ಆಲೋಚನೆಗಳನ್ನು ಹೊಸಕಿಹಾಕುತ್ತದೆ. ಗ್ರಾಹಕರು ಇಂದು ವೇಗದ ಸೇವೆ ಹಾಗೂ ಅತ್ಯುತ್ತಮ ಉತ್ಪನ್ನಗಳನ್ನು ನಿರೀಕ್ಷಿಸುತ್ತಾರೆ. ಹಾಗಾಗಿ, ಪ್ರತಿಯೊಬ್ಬ ನೌಕರನೂ ತನ್ನ ಪ್ರತಿಭೆಯನ್ನು ತೋರುವ ಅಗತ್ಯವಿದೆ. ಬುದ್ಧಿವಂತಿಕೆ ಕೇವಲ ಉನ್ನತ ಅಧಿಕಾರಿಗಳ ಕಚೇರಿಯಲ್ಲಷ್ಟೇ ಇರುವುದಿಲ್ಲ, ಅದು ಇಡೀ ಸಂಸ್ಥೆಯ ಮೂಲೆ ಮೂಲೆಯಲ್ಲೂ ಅಡಗಿರುತ್ತದೆ.

"ಈಗಿನ ಕಾಲದಲ್ಲಿ 'ವೇಗ'ವೇ ಯಶಸ್ಸಿನ ಮೂಲಧನ. ಹಾಗಾಗಿ, ಹಳೆಯ 'ಆಜ್ಞೆ ಮತ್ತು ನಿಯಂತ್ರಣ' ವ್ಯವಸ್ಥೆಗಿಂತ ಎಲ್ಲರನ್ನೂ ಒಳಗೊಂಡು, ಒಟ್ಟಾನಾಗಿ ಮುನ್ನಡೆಸುವ ಶೈಲಿಯೇ ಹೆಚ್ಚು ಪರಿಣಾಮಕಾರಿಯಾಗಿದೆ," ಎಂದರು.

"ಎಲ್ಲರನ್ನೂ ಒಳಗೊಂಡು ಮುನ್ನಡೆಸುವುದು ಅಂದರೆ ಹೇಗೆ?" ಎಂದು ಯುವಕ ಕೇಳಿದ.

"ನಾನು ವಾರಕ್ಕೊಮ್ಮೆ, ಅಂದರೆ ಬುಧವಾರ ಮುಂಜಾನೆ ನಮ್ಮ ತಂಡವನ್ನು ಭೇಟಿಯಾಗುತ್ತೇನೆ – ಅದಕ್ಕಾಗಿಯೇ ನಾನು ಆ ಸಮಯದಲ್ಲಿ ನಿನ್ನನ್ನು ಭೇಟಿಯಾಗಲು ಸಾಧ್ಯವಿಲ್ಲವೆಂದು ಹೇಳಿದ್ದು. ಆ ಸಭೆಗಳಲ್ಲಿ ನನ್ನ ತಂಡದವರು ಹಿಂದಿನ ವಾರ ಏನೆಲ್ಲಾ ಸಾಧಿಸಿದ್ದಾರೆ, ಅವರು ಎದುರಿಸಿದ ಸಮಸ್ಯೆಗಳೇನು, ಇನ್ನು ಏನೆಲ್ಲಾ ಕೆಲಸಗಳು ಬಾಕಿ ಇವೆ, ಮತ್ತು ಆ ಕೆಲಸಗಳನ್ನು ಮುಗಿಸಲು ಅವರ ಮುಂದಿನ ಯೋಜನೆಗಳು ಹಾಗೂ ತಂತ್ರಗಳೇನು ಎಂಬುದನ್ನು ವಿಮರ್ಶೆ ಮಾಡಿ ವಿಶ್ಲೇಷಿಸುತ್ತಾರೆ. ನಾನು ಕೇವಲ ಅವರ ಮಾತುಗಳನ್ನು ಆಲಿಸುತ್ತೇನೆ."

"ಆ ಸಭೆಗಳಲ್ಲಿ ಕೈಗೊಳ್ಳುವ ನಿರ್ಧಾರಗಳು ನಿಮಗೂ ಹಾಗೂ ನಿಮ್ಮ ತಂಡಕ್ಕೂ ಕಡ್ಡಾಯವಾಗಿ ಅನ್ವಯಿಸುತ್ತವೆಯೇ?"

"ಹೌದು, ಖಂಡಿತ. ಮುಂದೇನು ಮಾಡಬೇಕು ಎಂಬ ಪ್ರಮುಖ ನಿರ್ಧಾರಗಳನ್ನು ತೆಗೆದುಕೊಳ್ಳುವ ಪ್ರಕ್ರಿಯೆಯಲ್ಲಿ ಪ್ರತಿಯೊಬ್ಬರೂ ಪಾಲ್ಗೊಳ್ಳಬೇಕು ಎಂಬುದೇ ಆ ಸಭೆಯ ಮುಖ್ಯ ಉದ್ದೇಶ."

"ಹಾಗಾದರೆ ನೀವು 'ಎಲ್ಲರನ್ನೂ ಒಳಗೊಳ್ಳುವ' (participative) ಮ್ಯಾನೇಜರ್, ಹೌದಲ್ಲವೇ?" ಎಂದು ಯುವಕ ಕೇಳಿದನು.

"ಹಾಗೇನಿಲ್ಲ. ನಾನು ಇತರರಿಗೆ ಕೆಲಸ ಮಾಡಲು ಪೂರಕವಾದ ವಾತಾವರಣ ಕಲ್ಪಿಸಿಕೊಡುವಲ್ಲಿ (facilitating) ನಂಬಿಕೆ ಇಟ್ಟಿದ್ದೇನೆಯೇ ಹೊರತು, ಅವರ ನಿರ್ಧಾರಗಳನ್ನು ತೆಗೆದುಕೊಳ್ಳುವಲ್ಲಿ ನಾನು ಮೂಗು ತೂರಿಸುವುದಿಲ್ಲ."

"ಹಾಗಾದರೆ ನಿಮ್ಮ ಆ ಸಭೆಗಳ ಅಸಲಿ ಉದ್ದೇಶವಾದರೂ ಏನು?"

"ಅದನ್ನೇ ತಾನೇ ನಾನೀಗ ನಿನಗೆ ಹೇಳಿದ್ದು?"

ಯುವಕನಿಗೆ ತೀವ್ರ ಮುಜುಗರವಾಯಿತು. ತಾನು ಆ ತಪ್ಪು ಪ್ರಶ್ನೆ ಕೇಳಬಾರದಿತ್ತು ಎಂದುಕೊಂಡನು.

ಮ್ಯಾನೇಜರ್ ಒಂದು ಕ್ಷಣ ಮೌನವಾಗಿ, ದೀರ್ಘವಾಗಿ ಉಸಿರೆಳೆದುಕೊಂಡರು. "ನಾವು ಇಲ್ಲಿರುವುದು ಉತ್ತಮ ಫಲಿತಾಂಶ ಪಡೆಯಲು. ಪ್ರತಿಯೊಬ್ಬರ ಪ್ರತಿಭೆಯನ್ನೂ ಒಗ್ಗೂಡಿಸಿ ಬಳಸಿಕೊಳ್ಳುವುದರಿಂದ, ನಾವು ಕೆಲಸದಲ್ಲಿ ಇನ್ನಷ್ಟು ಹೆಚ್ಚು ಪರಿಣಾಮಕಾರಿಯಾಗಿರುತ್ತೇವೆ."

"ಓಹ್, ಹಾಗಾದರೆ ನೀವು ಜನರಿಗಿಂತ ಹೆಚ್ಚಾಗಿ ಫಲಿತಾಂಶದ ಮೇಲೆಯೇ ಒಲವುಳ್ಳವರು ಅನ್ನಿ."

ಮ್ಯಾನೇಜರ್ ತಮ್ಮ ಕುರ್ಚಿಯಿಂದೆದ್ದು, ಆ ಕಡೆಯಿಂದ ಈ ಕಡೆಗೆ ಹೆಜ್ಜೆ ಹಾಕಲಾರಂಭಿಸಿದರು. "ಬೇಗನೆ ಯಶಸ್ಸು ಕಾಣಬೇಕಾದರೆ, ಮ್ಯಾನೇಜರ್‌ಗಳು ಫಲಿತಾಂಶದ ಜೊತೆಗೆ ಜನರ ಬಗ್ಗೆಯೂ ಕಾಳಜಿ ಹೊಂದಿರಬೇಕು.

"ಜನರ ನೆರವಿಲ್ಲದೆ ಫಲಿತಾಂಶವನ್ನು ಪಡೆಯಲಾದರೂ ಹೇಗೆ ಸಾಧ್ಯ? ಹಾಗಾಗಿ, ನಾನು ಜನರ ಬಗ್ಗೆ ಹಾಗೂ ಫಲಿತಾಂಶಗಳ ಬಗ್ಗೆ ಸಮಾನ ಕಾಳಜಿ ಹೊಂದಿದ್ದೇನೆ. ಯಾಕೆಂದರೆ ಅವೆರಡೂ ಒಂದೇ ನಾಣ್ಯದ ಎರಡು ಮುಖಗಳಿದ್ದಂತೆ.

"ಇಲ್ಲಿ ನೋಡು," ಮ್ಯಾನೇಜರ್ ತಮ್ಮ ಕಂಪ್ಯೂಟರ್‌ನತ್ತ ಬೆರಳು ತೋರಿಸಿದರು. "ಬದುಕಿನ ಒಂದು ಪ್ರಾಯೋಗಿಕ ಸತ್ಯವನ್ನು ಸದಾ ನನ್ನ ನೆನಪಿನಲ್ಲಿಟ್ಟುಕೊಳ್ಳಲು, ನಾನಿದನ್ನು ನನ್ನ ಸ್ಕ್ರೀನ್ ಸೇವರ್ ಆಗಿ ಇಟ್ಟುಕೊಂಡಿದ್ದೇನೆ."

*

ತಮ್ಮ ಬಗ್ಗೆ ತಾವೇ

ಒಳ್ಳೆಯ ಭಾವನೆ ಹೊಂದಿರುವವರು,

ಯಾವಾಗಲೂ ಉತ್ತಮ ಫಲಿತಾಂಶಗಳನ್ನೇ

ನೀಡುತ್ತಾರೆ.

*

ಯುವಕ ಆ ಕಂಪ್ಯೂಟರ್ ಸ್ಕ್ರೀನ್ ಕಡೆಗೆ ನೋಡುತ್ತಿದ್ದಂತೆಯೇ, ಮ್ಯಾನೇಜರ್ ಕೇಳಿದರು, "ನಿನ್ನ ಬಗ್ಗೆಯೇ ಒಮ್ಮೆ ಆಲೋಚಿಸು. ನೀನು ಯಾವಾಗ ಅತ್ಯುತ್ತಮವಾಗಿ ಕೆಲಸ ಮಾಡುತ್ತೀಯಾ? ನಿನ್ನ ಬಗ್ಗೆ ನಿಮಗೆ ಒಳ್ಳೆಯ ಭಾವನೆ, ಖುಷಿ ಇದ್ದಾಗಲೋ ಅಥವಾ ಇಲ್ಲದಿದ್ದಾಗಲೋ?"

ಸ್ಪಷ್ಟವಾಗುತ್ತಿದ್ದ ಸತ್ಯವನ್ನು ಅರಿತ ಯುವಕ ತಲೆಯಾಡಿಸುತ್ತಾ, "ನನ್ನ ಬಗ್ಗೆ ನನಗೆ ಒಳ್ಳೆಯ ಭಾವನೆ ಇದ್ದಾಗ ನಾನು ಹೆಚ್ಚು ಕೆಲಸ ಮಾಡಬಲ್ಲೆ," ಎಂದನು.

"ಖಂಡಿತವಾಗಿಯೂ. ಪ್ರತಿಯೊಬ್ಬರ ವಿಷಯದಲ್ಲೂ ಇದೇ ಸತ್ಯ," ಎಂದರು ಮ್ಯಾನೇಜರ್.

"ಹಾಗಾದರೆ," ಯುವಕ ಹೇಳಿದ, "ಜನರು ತಮ್ಮ ಬಗ್ಗೆ ತಾವೇ ಒಳ್ಳೆಯ ಭಾವನೆ ಹೊಂದುವಂತೆ ಮಾಡುವುದು ಉತ್ತಮ ಉತ್ಪಾದಕತೆಯ (productivity) ಗುಟ್ಟು ಅನ್ನಿ."

"ಹೌದು. ಆದರೆ, ನೆನಪಿರಲಿ, ಉತ್ಪಾದಕತೆ ಎಂದರೆ ಕೇವಲ ಹೆಚ್ಚು ಕೆಲಸ ಮಾಡುವುದಷ್ಟೇ ಅಲ್ಲ, ಆ ಕೆಲಸದ ಗುಣಮಟ್ಟವೂ (quality) ಅಷ್ಟೇ ಮುಖ್ಯ." ಅವರು ಕಿಟಕಿಯ ಬಳಿ ನಡೆದು, "ಇಲ್ಲಿ ನೋಡು," ಎಂದರು.

ಯುವಕ ಕಿಟಕಿಯ ಬಳಿ ಬಂದಾಗ, ಕೆಳಗಿದ್ದ ಒಂದು ರೆಸ್ಟೋರೆಂಟ್ ಕಡೆಗೆ ಕೈತೋರಿಸಿದ ಮ್ಯಾನೇಜರ್, "ಆ ರೆಸ್ಟೋರೆಂಟ್‌ನಲ್ಲಿ ಎಷ್ಟು ಜನ ಗ್ರಾಹಕರಿದ್ದಾರೆ ನೋಡಿದೆಯಾ?" ಎಂದು ಕೇಳಿದರು.

ಆ ರೆಸ್ಟೋರೆಂಟ್‌ನ ಬಾಗಿಲ ಹೊರಗೆ ಜನ ಸರತಿ ಸಾಲಿನಲ್ಲಿ ನಿಂತಿರುವುದನ್ನು ಯುವಕ ನೋಡಿದ. "ರೆಸ್ಟೋರೆಂಟ್ ನಡೆಸಲು ಇದು ಬಹಳ ಒಳ್ಳೆಯ ಜಾಗವಿರಬೇಕು," ಎಂದು ಅವನು ತನ್ನ ಅನಿಸಿಕೆ ವ್ಯಕ್ತಪಡಿಸಿದ.

ಮ್ಯಾನೇಜರ್ ಕೇಳಿದರು, "ನಿನ್ನ ಮಾತು ನಿಜವೇ ಆಗಿದ್ದರೆ, ಅಲ್ಲಿಂದ ಕೇವಲ ಎರಡು ಬಾಗಿಲುಗಳಾಚೆ ಇರುವ ಮತ್ತೊಂದು ರೆಸ್ಟೋರೆಂಟ್‌ನ ಮುಂದೆ ಜನ ಯಾಕೆ ಸಾಲಿನಲ್ಲಿ ನಿಂತಿಲ್ಲ? ಜನ ಆ ಮೊದಲನೇ ರೆಸ್ಟೋರೆಂಟ್‌ನಲ್ಲೇ ತಿನ್ನಲು ಯಾಕೆ ಇಷ್ಟಪಡುತ್ತಾರೆ, ಎರಡನೇ ಕಡೆ ಯಾಕಿಲ್ಲ?"

ಯುವಕ ಉತ್ತರಿಸಿದ, "ಯಾಕೆಂದರೆ ಅಲ್ಲಿನ ಊಟ ಮತ್ತು ಸೇವೆ ಉತ್ತಮವಾಗಿರಬಹುದು?"

"ಹೌದು, ಇದು ಬಹಳ ಸರಳವಾದ ವಿಷಯ. ಜನರಿಗೆ ಅತ್ಯುತ್ತಮ ಗುಣಮಟ್ಟದ ಉತ್ಪನ್ನ ಮತ್ತು ಅವರು ಬಯಸುವಂತಹ ಸೇವೆಯನ್ನು ಒದಗಿಸದೆ ಹೋದರೆ, ನೀವು ಯಾವುದೇ ವ್ಯವಹಾರದಲ್ಲಿ ಹೆಚ್ಚು ಕಾಲ ಉಳಿಯಲಾರಿರಿ.

"ನಮ್ಮ ಕಣ್ಣೆದುರಿಗೇ ಇರುವ ಸತ್ಯವನ್ನು ನಾವು ಸುಲಭವಾಗಿ ನಿರ್ಲಕ್ಷಿಸಿಬಿಡುತ್ತೇವೆ. ಇಂತಹ ಯಶಸ್ಸನ್ನು ಸಾಧಿಸಲು ಇರುವ ಏಕೈಕ ಮತ್ತು ಅತ್ಯುತ್ತಮ ಮಾರ್ಗವೆಂದರೆ 'ಜನರು'! ಆ ಅತ್ಯುತ್ತಮ ರೆಸ್ಟೋರೆಂಟ್‌ನ ಯಶಸ್ಸಿನ ಹಿಂದೆ ಅಲ್ಲಿ ಕೆಲಸ ಮಾಡುವ ಜನರ ಶ್ರಮವಿದೆ."

ಈ ಮಾತು ಯುವಕನ ಕುತೂಹಲವನ್ನು ಮತ್ತಷ್ಟು ಹೆಚ್ಚಿಸಿತು. ಅವರಿಬ್ಬರೂ ಮರಳಿ ತಮ್ಮ ಕುರ್ಚಿಗಳಲ್ಲಿ ಕುಳಿತಾಗ, ಯುವಕ ಕೇಳಿದ, "ನೀವು 'ಎಲ್ಲರನ್ನೂ ಒಳಗೊಳ್ಳುವ' ಮ್ಯಾನೇಜರ್ ಅಲ್ಲ ಎಂದು ಆಗಲೇ ಹೇಳಿದಿರಿ. ಹಾಗಾದರೆ ನಿಮ್ಮನ್ನು ನೀವು ಹೇಗೆ ಬಣ್ಣಿಸಿಕೊಳ್ಳುತ್ತೀರಿ?"

"ಜನರು ನನ್ನನ್ನು 'ನ್ಯೂ ಒನ್ ಮಿನಿಟ್ ಮ್ಯಾನೇಜರ್' ಎಂದು ಕರೆಯುತ್ತಾರೆ."

ಯುವಕನ ಮುಖದಲ್ಲಿ ಅಚ್ಚರಿ ಮನೆಮಾಡಿತು. "ಏನೆಂದಿರಿ?"

ಮ್ಯಾನೇಜರ್ ನಗುತ್ತಲೇ ಉತ್ತರಿಸಿದರು, "ತುಂಬಾ ಕಡಿಮೆ ಸಮಯದಲ್ಲಿ ಅತ್ಯುತ್ತಮ ಫಲಿತಾಂಶಗಳನ್ನು ಪಡೆಯುವ ಹೊಸ ದಾರಿಗಳನ್ನು ನಾವು ಕಂಡುಕೊಳ್ಳುತ್ತಿರುವುದರಿಂದ, ಅವರು ನನ್ನನ್ನು ಹಾಗೆ ಕರೆಯುತ್ತಾರೆ."

ಆ ಯುವಕ ಈ ಹಿಂದೆ ಎಷ್ಟೋ ಮ್ಯಾನೇಜರ್‌ಗಳ ಜೊತೆ ಮಾತನಾಡಿದ್ದರೂ, ಯಾರೊಬ್ಬರೂ ಈ ರೀತಿಯಾಗಿ ಮಾತನಾಡುವುದನ್ನು ಅವನು ಕೇಳಿರಲಿಲ್ಲ. ಹೆಚ್ಚು ಸಮಯವನ್ನು ತೆಗೆದುಕೊಳ್ಳದೆಯೇ ಇಷ್ಟು ಅದ್ಭುತ ಫಲಿತಾಂಶಗಳನ್ನು ಪಡೆಯಲು ಸಾಧ್ಯ ಎನ್ನುವುದನ್ನು ನಂಬುವುದು ಅವನಿಗೆ ಕಷ್ಟವಾಗುತ್ತಿತ್ತು.

ಯುವಕನ ಮುಖದಲ್ಲಿದ್ದ ಆ ಅನುಮಾನವನ್ನು ಗಮನಿಸಿದ ಮ್ಯಾನೇಜರ್, "ನಿನಗಿದು ನಂಬಿಕೆಯಾಗುತ್ತಿಲ್ಲ, ಅಲ್ವಾ?" ಎಂದು ಕೇಳಿದರು.

"ನಿಜ ಹೇಳಬೇಕೆಂದರೆ, ಇದನ್ನು ಊಹಿಸಿಕೊಳ್ಳುವುದಕ್ಕೂ ನನಗೆ ಕಷ್ಟವಾಗುತ್ತಿದೆ," ಎಂದು ಯುವಕ ಒಪ್ಪಿಕೊಂಡ.

ಮ್ಯಾನೇಜರ್ ನಕ್ಕು, "ನೋಡು, ನಾನೆಂಥಾ ಮ್ಯಾನೇಜರ್ ಎಂದು ನಿನಗೆ ನಿಜವಾಗಿಯೂ ತಿಳಿಯಬೇಕೆಂದಿದ್ದರೆ, ನಮ್ಮ ತಂಡದಲ್ಲಿ ಕೆಲಸ ಮಾಡುವ ಕೆಲವರ ಜೊತೆ ನೀನೇಕೆ ಮಾತನಾಡಬಾರದು?" ಎಂದರು.

ಮ್ಯಾನೇಜರ್ ತಮ್ಮ ಕಂಪ್ಯೂಟರ್‌ನತ್ತ ತಿರುಗಿ, ಒಂದು ಪಟ್ಟಿಯನ್ನು ಪ್ರಿಂಟ್ ತೆಗೆದು ಆ ಯುವಕನ ಕೈಗಿತ್ತರು. "ನನಗೆ ನೇರವಾಗಿ ವರದಿ ಒಪ್ಪಿಸುವ (report) ಆರು ಜನರ ಹೆಸರು, ಹುದ್ದೆ ಹಾಗೂ ಫೋನ್ ನಂಬರ್‌ಗಳು ಆ ಪಟ್ಟಿಯಲ್ಲಿವೆ."

"ನಾನು ಅವರಲ್ಲಿ ಯಾರ ಜೊತೆ ಮಾತನಾಡಬೇಕು?" ಎಂದು ಯುವಕ ಕೇಳಿದ.

"ಅದು ನಿನ್ನ ನಿರ್ಧಾರಕ್ಕೆ ಬಿಟ್ಟಿದ್ದು. ಯಾರ ಹೆಸರನ್ನಾದರೂ ಆರಿಸಿಕೊ. ಅವರಲ್ಲಿ ಯಾರಾದರೊಬ್ಬರ ಜೊತೆಯಾಗಲಿ ಅಥವಾ ಎಲ್ಲರ ಜೊತೆಯಾಗಲಿ ಮಾತನಾಡು."

"ಅಲ್ಲ, ನನ್ನ ಪ್ರಕಾರ, ನಾನು ಯಾರಿಂದ ಶುರು ಮಾಡಬೇಕು?"

"ನಾನು ಆಗಲೇ ಹೇಳಿದಂತೆ, ಇತರರ ನಿರ್ಧಾರಗಳನ್ನು ನಾನು ತೆಗೆದುಕೊಳ್ಳುವುದಿಲ್ಲ," ಎಂದು ಮ್ಯಾನೇಜರ್ ಕಟ್ಟುನಿಟ್ಟಾಗಿ ಹೇಳಿದರು. "ಆ ನಿರ್ಧಾರವನ್ನು ನೀನೇ ಮಾಡು."

ನಂತರ ಅವರು ಸಾಕಷ್ಟು ಹೊತ್ತು ಮೌನಕ್ಕೆ ಶರಣಾದರು.

ಯುವಕನಿಗೆ ಮುಜುಗರವಾಗತೊಡಗಿತು. ತಾನೇ ಸುಲಭವಾಗಿ ತೆಗೆದುಕೊಳ್ಳಬಹುದಾಗಿದ್ದ ಒಂದು ನಿರ್ಧಾರವನ್ನು ಮ್ಯಾನೇಜರ್‌ಗೆ ಮಾಡಲು ತಾನು ಕೇಳಬಾರದಿತ್ತು ಎಂದುಕೊಂಡನು.

ಮ್ಯಾನೇಜರ್ ಎದ್ದು ನಿಂತು, ತಮ್ಮ ಅತಿಥಿಯ ಜೊತೆಯಾಗಿ ಬಾಗಿಲವರೆಗೆ ನಡೆದರು. "ಜನರನ್ನು ಮುನ್ನಡೆಸುವ ಮತ್ತು ಅವರಿಂದ ಕೆಲಸ ಮಾಡಿಸುವ ಬಗ್ಗೆ ತಿಳಿದುಕೊಳ್ಳಬೇಕು ಎಂಬ ನಿನ್ನ ಆಸಕ್ತಿಯನ್ನು ನಾನು ಅಭಿನಂದಿಸುತ್ತೇನೆ.

"ನಮ್ಮ ತಂಡದವರ ಜೊತೆ ಮಾತನಾಡಿದ ಮೇಲೆ ನಿನಗೇನಾದರೂ ಪ್ರಶ್ನೆಗಳಿದ್ದರೆ, ದಯವಿಟ್ಟು ವಾಪಸ್ ಬಂದು ನನ್ನನ್ನು ಭೇಟಿಯಾಗು," ಎಂದು ಅವರು ಹೇಳಿದರು.

"ನಿಜ ಹೇಳಬೇಕೆಂದರೆ, ಈ 'ಒನ್ ಮಿನಿಟ್ ಮ್ಯಾನೇಜ್ಮೆಂಟ್' (One Minute Management) ಪರಿಕಲ್ಪನೆಯನ್ನು ನಿನಗೊಂದು ಉಡುಗೊರೆಯಾಗಿ ನೀಡಲು ನಾನು ಇಷ್ಟಪಡುತ್ತೇನೆ. ಹಿಂದೆ ಯಾರೋ ಒಬ್ಬರು ಇದನ್ನು ನನಗೆ ಉಡುಗೊರೆಯಾಗಿ ನೀಡಿದ್ದರು, ಮತ್ತು ಅದು ನನ್ನ ಬದುಕಿನಲ್ಲಿ ಬಹುದೊಡ್ಡ ಬದಲಾವಣೆಯನ್ನೇ ತಂದಿತು. ಇದನ್ನು ನೀನು ಸರಿಯಾಗಿ ಅರ್ಥಮಾಡಿಕೊಂಡಾಗ, ಮುಂದೊಂದು ದಿನ ನೀನೂ ಸಹ ಒಬ್ಬ ಮ್ಯಾನೇಜರ್ ಆಗಲು ಬಯಸಬಹುದು."

"ತುಂಬಾ ಧನ್ಯವಾದಗಳು," ಎಂದನು ಯುವಕ.

ಅವನು ಕಚೇರಿಯಿಂದ ಹೊರಬರುತ್ತಿದ್ದಂತೆ, ಮ್ಯಾನೇಜರ್ ಅವರ ಸಹಾಯಕಿ ಕೌರ್ಟ್ನಿ (Courtney) ಎದುರಾದಳು.

ಆಕೆ ಹೇಳಿದಳು, "ನಿನ್ನ ಆಲೋಚನಾಭರಿತ ಮುಖಭಾವವನ್ನು ನೋಡಿದರೆ, ನಮ್ಮ ಮ್ಯಾನೇಜರ್ ಅವರ ಕಾರ್ಯವೈಖರಿಯ ಅನುಭವ ನಿನಗಾಗಲೇ ಆದಂತಿದೆ."

ನಡೆದದ್ದನ್ನೆಲ್ಲಾ ಇನ್ನೂ ಅರ್ಥಮಾಡಿಕೊಳ್ಳಲು ಪ್ರಯತ್ನಿಸುತ್ತಿದ್ದ ಆ ಯುವಕ, "ಹೌದು, ನನಗೂ ಹಾಗೇ ಅನ್ನಿಸುತ್ತಿದೆ," ಎಂದನು.

"ನಾನು ನಿನಗೆ ಏನಾದರೂ ಸಹಾಯ ಮಾಡಬಹುದೇ?" ಎಂದು ಆಕೆ ಕೇಳಿದಳು.

"ಖಂಡಿತ. ನಾನು ಯಾರ ಜೊತೆ ಮಾತನಾಡಬಹುದು ಎಂದು ಸೂಚಿಸುವ ಜನರ ಒಂದು ಪಟ್ಟಿಯನ್ನು ಅವರು ನನಗೆ ಕೊಟ್ಟಿದ್ದಾರೆ."

ಆಕೆ ಆ ಪಟ್ಟಿಯ ಮೇಲೆ ಕಣ್ಣಾಡಿಸಿದಳು. "ಇವರಲ್ಲಿ ಮೂವರು ಈ ವಾರ ಪ್ರವಾಸದಲ್ಲಿದ್ದಾರೆ. ಆದರೆ, ತೆರೇಸಾ ಲೀ, ಪಾಲ್ ಟ್ರೆನೆಲ್ ಮತ್ತು ಜಾನ್ ಲೆವಿ ಇಂದು ಇಲ್ಲೇ ಇದ್ದಾರೆ. ನಾನು ಅವರಿಗೆ ಮೊದಲೇ ಕರೆ ಮಾಡಿ, ನೀನು ಅವರನ್ನು ಭೇಟಿಯಾಗಲು ಸಹಾಯ ಮಾಡುತ್ತೇನೆ."

"ತುಂಬಾ ಉಪಕಾರವಾಗುತ್ತದೆ," ಎಂದನು ಯುವಕ.

ಮೊದಲನೆಯ ರಹಸ್ಯ
ಒಂದು ನಿಮಿಷದ ಗುರಿಗಳು

ಯುವಕ ತೆರೇಸಾ ಲೀ ಅವರ ಕಚೇರಿಗೆ ತಲುಪಿದಾಗ, ಅವರು ತಮ್ಮ ಓದುವ ಕನ್ನಡಕವನ್ನು ಕೆಳಗಿಟ್ಟು ಮುಗುಳ್ನಕ್ಕರು. "ನಮ್ಮ ಮ್ಯಾನೇಜರ್ ಅವರನ್ನು ಭೇಟಿಯಾಗಿ ಬಂದಿರಿ ಎಂದು ತಿಳಿಯಿತು. ಅವರು ಬಹಳ ವಿಶಿಷ್ಟ ವ್ಯಕ್ತಿ, ಅಲ್ಲವೇ?"

"ಹೌದು, ಹಾಗೆಯೇ ಕಾಣಿಸುತ್ತಿದೆ."

"ಅವರು ಕೆಲಸ ನಿರ್ವಹಿಸುವ ಶೈಲಿಯ ಬಗ್ಗೆ ನಮ್ಮ ಹತ್ತಿರ ಚರ್ಚಿಸಲು ಅವರು ನಿಮಗೆ ಸೂಚಿಸಿದರೇ?"

"ಹೌದು."

ತೆರೇಸಾ ಹೇಳಿದರು, "ಈ ವಿಧಾನ ಎಷ್ಟು ಅದ್ಭುತವಾಗಿ ಕೆಲಸ ಮಾಡುತ್ತದೆ ಎಂಬುದು ನನಗೇ ಅಚ್ಚರಿ ತರುತ್ತಿದೆ. ಒಮ್ಮೆ ನಾನು ನನ್ನ ಕೆಲಸವನ್ನು ಹೇಗೆ ಮಾಡಬೇಕೆಂದು ಕಲಿತ ಮೇಲೆ, ಅವರು ನನ್ನ ಜೊತೆ ಕಳೆಯುವ ಸಮಯ ತೀರಾ ಕಡಿಮೆ ಎನ್ನಬಹುದು."

"ಇದು ನಿಜವೇ?"

"ಖಂಡಿತವಾಗಿಯೂ ನಂಬಿ. ನಾನೀಗ ಅವರನ್ನು ನೋಡುವುದೇ ಅಪರೂಪವಾಗಿದೆ."

"ಅಂದರೆ, ನಿಮಗೆ ಅವರಿಂದ ಯಾವುದೇ ಸಹಾಯ ಸಿಗುವುದಿಲ್ಲವೇ?" ಎಂದು ಯುವಕ ಅಚ್ಚರಿಯಿಂದ ಕೇಳಿದನು.

"ನಾನು ಕೆಲಸಕ್ಕೆ ಸೇರಿದ ಹೊಸತರಲ್ಲಿ ಸಿಗುತ್ತಿದ್ದಷ್ಟು ಸಹಾಯ ಈಗ ಬೇಕಾಗುವುದಿಲ್ಲ. ಆದರೂ, ಯಾವುದಾದರೂ ಹೊಸ ಜವಾಬ್ದಾರಿ ಅಥವಾ ಹೊಸ ಕೆಲಸವನ್ನು ಪ್ರಾರಂಭಿಸುವಾಗ ಅವರು ನನ್ನ ಜೊತೆ ಸಮಯ ಕಳೆಯುತ್ತಾರೆ. ಅಂತಹ ಸಮಯದಲ್ಲಿ ನಾವಿಬ್ಬರೂ ಸೇರಿ ನಮ್ಮ 'ಒಂದು ನಿಮಿಷದ ಗುರಿ'ಗಳನ್ನು (One Minute Goals) ನಿಗದಿಪಡಿಸಿಕೊಳ್ಳುತ್ತೇವೆ."

"ಒಂದು ನಿಮಿಷದ ಗುರಿಗಳು? ಅಂದರೇನು?"

"ಅದೇ 'ಒನ್ ಮಿನಿಟ್ ಮ್ಯಾನೇಜ್‌ಮೆಂಟ್'ನ ಮೂರು ರಹಸ್ಯಗಳಲ್ಲಿ ಮೊದಲನೆಯದು," ಎಂದರು ತೆರೇಸಾ.

"ಮೂರು ರಹಸ್ಯಗಳೇ?" ಆ ಯುವಕನಿಗೆ ಇನ್ನಷ್ಟು ತಿಳಿದುಕೊಳ್ಳುವ ಕುತೂಹಲವಾಯಿತು.

"ಹೌದು," ಎಂದರು ತೆರೇಸಾ. "ಒಂದು ನಿಮಿಷದ ಗುರಿಗಳನ್ನು ನಿಗದಿಪಡಿಸುವುದೇ 'ಒನ್ ಮಿನಿಟ್ ಮ್ಯಾನೇಜ್‌ಮೆಂಟ್'ನ ಪ್ರಾರಂಭ. ನೋಡಿ, ಹೆಚ್ಚಿನ ಸಂಸ್ಥೆಗಳಲ್ಲಿ ಕೆಲಸಗಾರರಿಗೆ ಅವರ ಕೆಲಸವೇನು ಎಂದು ಕೇಳಿ, ನಂತರ ಅವರ ಬಾಸ್‌ಗೆ ಹೋಗಿ ಅದೇ ಪ್ರಶ್ನೆ ಕೇಳಿದರೆ, ಅವರಿಬ್ಬರ ಉತ್ತರಗಳೂ ಬೇರೆ ಬೇರೆಯಾಗಿರುವುದನ್ನು ನೀವು ಗಮನಿಸಬಹುದು."

"ನಿಜ ಹೇಳಬೇಕೆಂದರೆ, ನಾನು ಈ ಹಿಂದೆ ಕೆಲಸ ಮಾಡಿದ ಕೆಲವು ಸಂಸ್ಥೆಗಳಲ್ಲಿ, ನನ್ನ ಜವಾಬ್ದಾರಿಗಳ ಬಗ್ಗೆ ನನಗಿದ್ದ ಅರಿವಿಗೂ ಮತ್ತು ನನ್ನ ಬಾಸ್ ಅಂದುಕೊಂಡಿದ್ದಕ್ಕೂ ಅಜಗಜಾಂತರ ವ್ಯತ್ಯಾಸವಿರುತ್ತಿತ್ತು. ಅದೆಲ್ಲಾ ಕೇವಲ ಆಕಸ್ಮಿಕ ಎನ್ನುವಂತಿರುತ್ತಿತ್ತು. ಕೊನೆಗೆ, ಯಾವುದಾದರೂ ಒಂದು ಕೆಲಸವನ್ನು ಮಾಡಿಲ್ಲ ಎಂಬ ಕಾರಣಕ್ಕೆ ನಾನು ಬೈಸಿಕೊಳ್ಳಬೇಕಾಗುತ್ತಿತ್ತು. ಆದರೆ ಆ ಕೆಲಸ ನನ್ನ ಜವಾಬ್ದಾರಿಯ ಅಡಿಯಲ್ಲಿ ಬರುತ್ತದೆ ಎಂದೇ ನನಗೆ ಗೊತ್ತಿರಲಿಲ್ಲ."

"ಇಲ್ಲೂ ಹಾಗೆಯೇ ಆಗುತ್ತದೆಯೇ?" ಎಂದು ಯುವಕ ಕುತೂಹಲದಿಂದ ಕೇಳಿದ.

"ಖಂಡಿತ ಇಲ್ಲ!" ಎಂದರು ತೆರೇಸಾ. "ಇಲ್ಲಿ ಅಂತಹ ಗೊಂದಲಗಳಿಗೆ ಅವಕಾಶವೇ ಇಲ್ಲ. ನಮ್ಮ ಜವಾಬ್ದಾರಿಗಳೇನು ಮತ್ತು ನಾವು ಯಾವ ಕೆಲಸಕ್ಕೆ ಉತ್ತರದಾಯಿಗಳು ಅಥವಾ ಹೊಣೆಗಾರರು ಎನ್ನುವುದನ್ನು ನಮ್ಮ ಮ್ಯಾನೇಜರ್ ನಮಗೆ ಬಹಳ ಸ್ಪಷ್ಟವಾಗಿ ವಿವರಿಸುತ್ತಾರೆ."

"ಅವರು ಅದನ್ನು ಮಾಡುವುದು ಹೇಗೆ?" ಎಂದು ಯುವಕ ಕುತೂಹಲದಿಂದ ಕೇಳಿದ.

ತೆರೇಸಾ ಮುಗುಳ್ನಗುತ್ತಾ ಹೇಳಿದರು, "ಅದು ಈಗಿನ ದಿನಗಳಲ್ಲಿ ಮೊದಲಿಗಿಂತಲೂ ಅಚ್ಚುಕಟ್ಟಾಗಿ ನಡೆಯುತ್ತಿದೆ. ನಿಜ ಹೇಳಬೇಕೆಂದರೆ, ನಾನು ಅವರನ್ನು 'ನ್ಯೂ ಒನ್ ಮಿನಿಟ್ ಮ್ಯಾನೇಜರ್' ಎಂದೇ ಕರೆಯುತ್ತೇನೆ. ಯಾಕೆಂದರೆ ಅವರು ಈಗ ಅನುಸರಿಸುತ್ತಿರುವ ಹೊಸ ವಿಧಾನಗಳು ಮೊದಲಿಗಿಂತಲೂ ಹೆಚ್ಚು ಪ್ರಭಾವಶಾಲಿಯಾಗಿವೆ."

"ಅದು ಹೇಗೆ?"

ಅವರು ವಿವರಿಸಿದರು, "ಉದಾಹರಣೆಗೆ, ನಮ್ಮ ಗುರಿಗಳನ್ನು ಅವರೇ ನಿರ್ಧರಿಸಿ ನಮ್ಮ ಮೇಲೆ ಹೇರುವ ಬದಲು, ಅವರು ನಮ್ಮ ಸಲಹೆ–ಅಭಿಪ್ರಾಯಗಳನ್ನು ಆಲಿಸುತ್ತಾರೆ ಮತ್ತು ನಮ್ಮ ಜೊತೆಜೊತೆಯಾಗಿ ಕುಳಿತು ಆ ಗುರಿಗಳನ್ನು ರೂಪಿಸುತ್ತಾರೆ.

ಹೀಗೆ ಅತ್ಯಂತ ಪ್ರಮುಖವಾದ ಗುರಿಗಳ ಬಗ್ಗೆ ನಾವಿಬ್ಬರೂ ಒಂದು ನಿರ್ಧಾರಕ್ಕೆ ಬಂದ ಮೇಲೆ, ಪ್ರತಿಯೊಂದು ಗುರಿಯನ್ನೂ ಪ್ರತ್ಯೇಕವಾಗಿ ಒಂದೊಂದು ಪುಟದಲ್ಲಿ ಬರೆದಿಡಲಾಗುತ್ತದೆ(ಒಂದು ಗುರಿಗೆ ಒಂದು ಪುಟ)."

ಅವರು ಮುಂದುವರಿಸಿದರು, "ಯಾವುದೇ ಒಂದು ಗುರಿ ಮತ್ತು ಆ ಕೆಲಸದ ಮಾನದಂಡಗಳನ್ನು — ಅಂದರೆ ನಿಖರವಾಗಿ ಏನು ಮಾಡಬೇಕು ಮತ್ತು ಅದನ್ನು ಯಾವ ದಿನಾಂಕದೊಳಗೆ ಮುಗಿಸಬೇಕು ಎನ್ನುವುದನ್ನು — ಕೇವಲ ಒಂದು ಅಥವಾ ಎರಡು ಪ್ಯಾರಾಗ್ರಾಫ್‌ಗಳಲ್ಲಿ ಬರೆಯಲಾಗುತ್ತದೆ. ಇದನ್ನು ಓದಲು ಮತ್ತು ವಿಮರ್ಶಿಸಲು ಒಂದು ನಿಮಿಷಕ್ಕಿಂತ ಹೆಚ್ಚು ಸಮಯ ಬೇಕಾಗುವುದಿಲ್ಲ ಎನ್ನುವುದು ಅವರ ಅಭಿಪ್ರಾಯ.

ಹೀಗೆ ಗುರಿಗಳನ್ನು ಸಂಕ್ಷಿಪ್ತವಾಗಿ ಬರೆದಿಡುವುದರಿಂದ, ಪದೇ ಪದೇ ಅವುಗಳನ್ನು ನೋಡುವುದು ಮತ್ತು ಪ್ರಮುಖ ಕೆಲಸಗಳ ಮೇಲೆ ಗಮನ ಹರಿಸುವುದು ನಮಗೆ ಸುಲಭವಾಗುತ್ತದೆ.

ಕೊನೆಯದಾಗಿ, ನಾನು ಸಿದ್ಧಪಡಿಸಿದ ಆ ಗುರಿಗಳನ್ನು ಅವರಿಗೆ ಇ–ಮೇಲ್ ಮಾಡುತ್ತೇನೆ ಮತ್ತು ಅದರ ಒಂದು ಪ್ರತಿಯನ್ನು ನನ್ನ ಬಳಿಯೇ ಇಟ್ಟುಕೊಳ್ಳುತ್ತೇನೆ. ಇದರಿಂದಾಗಿ ಎಲ್ಲವೂ ಸ್ಪಷ್ಟವಾಗಿರುತ್ತದೆ ಮತ್ತು ನಾವಿಬ್ಬರೂ ಕಾಲಕಾಲಕ್ಕೆ ನನ್ನ ಕೆಲಸದ ಪ್ರಗತಿಯನ್ನು ಪರಿಶೀಲಿಸಲು ಸಾಧ್ಯವಾಗುತ್ತದೆ."

"ಪ್ರತಿಯೊಂದು ಗುರಿಗೂ ಒಂದೊಂದು ಪುಟ ಎಂದರೆ, ಒಬ್ಬೊಬ್ಬರ ಹತ್ತಿರ ಪುಟಗಳ ರಾಶಿಯೇ ಇರುವುದಿಲ್ಲವೇ?" ಎಂದು ಯುವಕ ಕೇಳಿದ.

"ಇಲ್ಲ, ಖಂಡಿತ ಇಲ್ಲ. ನಾವು 80/20 ಸೂತ್ರದಲ್ಲಿ ನಂಬಿಕೆ ಇಟ್ಟಿದ್ದೇವೆ. ಅಂದರೆ, ನಿಮ್ಮ ಬದುಕಿನ ಶೇ. 80ರಷ್ಟು ಪ್ರಮುಖ ಫಲಿತಾಂಶಗಳು ನೀವು ಮಾಡುವ ಕೇವಲ ಶೇ. 20ರಷ್ಟು ಪ್ರಮುಖ ಗುರಿಗಳಿಂದಲೇ ಸಿಗುತ್ತವೆ. ಹಾಗಾಗಿ ನಾವು ಆ ಶೇ. 20ರಷ್ಟು ಕೆಲಸಗಳಿಗೆ ಮಾತ್ರ, ಅಂದರೆ ನಮ್ಮ ಅತ್ಯಂತ ಪ್ರಮುಖ ಜವಾಬ್ದಾರಿಗಳಿಗೆ ಸಂಬಂಧಿಸಿದಂತೆ ಕೇವಲ ಮೂರರಿಂದ ಐದು ಗುರಿಗಳನ್ನು ಮಾತ್ರ ಹೀಗೆ ಸಿದ್ಧಪಡಿಸಿಕೊಳ್ಳುತ್ತೇವೆ. ಒಂದು ವೇಳೆ ಯಾವುದಾದರೂ ವಿಶೇಷ ಪ್ರಾಜೆಕ್ಟ್ ಬಂದರೆ ಮಾತ್ರ, ಅದಕ್ಕೆ ಪ್ರತ್ಯೇಕವಾಗಿ ಒಂದು ನಿಮಿಷದ ಗುರಿಗಳನ್ನು ನಿಗದಿಪಡಿಸುತ್ತೇವೆ."

ಅವರು ಮುಂದುವರಿಸಿದರು, "ಪ್ರತಿಯೊಂದು ಗುರಿಯನ್ನು ಕೇವಲ ಒಂದು ನಿಮಿಷದಲ್ಲೇ ಓದಿ ಮುಗಿಸಬಹುದಾದ್ದರಿಂದ, ನಾವು ಮಾಡುತ್ತಿರುವ ಕೆಲಸವು ನಮ್ಮ ಗುರಿಗಳಿಗೆ ಪೂರಕವಾಗಿದೆಯೇ ಎಂದು ಆಗಾಗ ಪರೀಕ್ಷಿಸಿಕೊಳ್ಳಲು ನಮಗೆ ಪ್ರೋತ್ಸಾಹ ನೀಡಲಾಗುತ್ತದೆ.

ಒಂದು ವೇಳೆ ಕೆಲಸವು ದಾರಿ ತಪ್ಪುತ್ತಿದ್ದರೆ, ನಾವು ತಕ್ಷಣವೇ ಅದನ್ನು ಸರಿಪಡಿಸಿಕೊಳ್ಳುತ್ತೇವೆ. ಇದು ನಾವು ಅಂದುಕೊಂಡಿದ್ದಕ್ಕಿಂತ ಬೇಗನೆ ಯಶಸ್ಸು ಕಾಣಲು ಸಹಕಾರಿಯಾಗುತ್ತದೆ."

ಆಗ ಯುವಕನು, "ಹಾಗಾದರೆ, ಮ್ಯಾನೇಜರ್ ಬಂದು ಹೇಳುವವರೆಗೆ ಕಾಯುವ ಬದಲು, ನಿಮ್ಮಿಂದ ಏನನ್ನು ನಿರೀಕ್ಷಿಸಲಾಗುತ್ತಿದೆ ಎನ್ನುವುದನ್ನು ನೀವೇ ಗಮನಿಸಿಕೊಳ್ಳುತ್ತೀರಿ ಎಂದಾಯಿತು," ಎಂದು ತನ್ನ ಅನಿಸಿಕೆ ಹಂಚಿಕೊಂಡನು.

"ಹೌದು."

"ಅಂದರೆ ಒಂದು ರೀತಿಯಲ್ಲಿ, ನಿಮ್ಮನ್ನು ನೀವೇ ನಿರ್ವಹಿಸಿಕೊಳ್ಳುತ್ತಿದ್ದೀರಿ (managing yourself)."

"ಖಂಡಿತವಾಗಿಯೂ," ಎಂದು ತೆರೇಸಾ ತಲೆಯಾಡಿಸುತ್ತಾ ಒಪ್ಪಿದರು.

"ಇದು ನಮಗೆ ಕೆಲಸವನ್ನು ಸುಲಭವಾಗಿಸುತ್ತದೆ," ಎಂದು ಅವರು ಮುಂದುವರಿಸಿದರು. "ಯಾಕೆಂದರೆ ನಮ್ಮ ಕೆಲಸವೇನೆಂಬುದರ ಬಗ್ಗೆ ನಮಗೆ ಸಂಪೂರ್ಣ ಸ್ಪಷ್ಟತೆ ಇರುತ್ತದೆ. 'ಅತ್ಯುತ್ತಮ ಕಾರ್ಯಕ್ಷಮತೆ' ಎಂದರೆ ಹೇಗಿರುತ್ತದೆ ಎನ್ನುವುದನ್ನು ನಮ್ಮ ಮ್ಯಾನೇಜರ್ ನಮಗೆ ತೋರಿಸಿಕೊಟ್ಟಿರುತ್ತಾರೆ. ಅಂದರೆ, ಅವರ ನಿರೀಕ್ಷೆಗಳ ಬಗ್ಗೆ ನಮ್ಮಿಬ್ಬರಿಗೂ ಸರಿಯಾದ ಅರಿವಿರುತ್ತದೆ.

ಆದರೆ, ನಮ್ಮಲ್ಲಿ ಹೆಚ್ಚಿನವರು ದೂರದ ಸ್ಥಳಗಳಿಂದಲೇ ಕೆಲಸ (remote work) ಮಾಡುತ್ತಿರುವುದರಿಂದ, ಮ್ಯಾನೇಜರ್ ಅವರು ಪ್ರತಿ ಬಾರಿಯೂ ಖುದ್ದಾಗಿ ಬಂದು ನಮಗೆ ಮಾರ್ಗದರ್ಶನ ನೀಡಲು ಸಾಧ್ಯವಾಗುವುದಿಲ್ಲ. ಅಂತಹ ಸಮಯಗಳಲ್ಲಿ ಅವರು ಬೇರೆ ಮಾರ್ಗಗಳನ್ನು ಅನುಸರಿಸುತ್ತಾರೆ."

"ಅದಕ್ಕೊಂದು ಉದಾಹರಣೆ ನೀಡಬಲ್ಲಿರಾ?" ಎಂದು ಯುವಕ ಕುತೂಹಲದಿಂದ ಕೇಳಿದನು.

"ಖಂಡಿತ," ಎಂದರು ತೆರೇಸಾ. "ಒಮ್ಮೆ ನನಗೊಂದು ಗುರಿ ನೀಡಲಾಗಿತ್ತು — ಅದೇನೆಂದರೆ ಒಂದು ಸಮಸ್ಯೆಯನ್ನು ಗುರುತಿಸಿ, ಅದಕ್ಕೆ ಸೂಕ್ತ ಪರಿಹಾರ ಕಂಡುಕೊಳ್ಳುವುದು ಮತ್ತು ಆ ಪರಿಹಾರದ ಮೂಲಕ ಪರಿಸ್ಥಿತಿಯನ್ನು ಸುಧಾರಿಸುವುದು.

ನಾನು ಇಲ್ಲಿ ಕೆಲಸಕ್ಕೆ ಸೇರಿದ ಆರಂಭದ ದಿನಗಳಲ್ಲಿ, ಪ್ರವಾಸವೊಂದರಲ್ಲಿದ್ದಾಗ ಅಂತಹದ್ದೇ ಒಂದು ಗಂಭೀರ ಸಮಸ್ಯೆಯನ್ನು ಗಮನಿಸಿದೆ. ಅದನ್ನು ತಕ್ಷಣವೇ ಬಗೆಹರಿಸಬೇಕಿತ್ತು, ಆದರೆ ಏನು ಮಾಡಬೇಕೆಂದು ನನಗೆ ತಿಳಿಯಲಿಲ್ಲ. ಹಾಗಾಗಿ ನಾನು ಮ್ಯಾನೇಜರ್‌ಗೆ ಫೋನ್ ಮಾಡಿದೆ. ಅವರು ಫೋನ್ ಎತ್ತಿದ ತಕ್ಷಣ ನಾನು, 'ಸರ್, ನನಗೊಂದು ಸಮಸ್ಯೆ ಎದುರಾಗಿದೆ,' ಎಂದೆ. ನಾನು ಮುಂದಿನ ಮಾತು ಹೇಳುವ ಮೊದಲೇ ಅವರು, 'ಬಹಳ ಒಳ್ಳೆಯದು! ಅಂತಹ ಸಮಸ್ಯೆಗಳನ್ನು ಬಗೆಹರಿಸಲೆಂದೇ ಅಲ್ವಾ ನಿನ್ನನ್ನು ಕೆಲಸಕ್ಕೆ ತಗೊಂಡಿರೋದು,' ಎಂದರು. ಆ ಮಾತಿನ ನಂತರ ಫೋನಿನ ಇನ್ನೊಂದು ತುದಿಯಲ್ಲಿ ಸಂಪೂರ್ಣ ಮೌನ ಆವರಿಸಿತು.

ನನಗೆ ಏನು ಹೇಳಬೇಕೆಂದೇ ತೋಚಲಿಲ್ಲ. ಕೊನೆಗೆ ತಡಬಡಾಯಿಸುತ್ತಾ, 'ಆದರೆ... ಆದರೆ ಸರ್, ಈ ಸಮಸ್ಯೆಯನ್ನು ಬಗೆಹರಿಸುವುದು ಹೇಗೆ ಎಂದು ನನಗೆ ಗೊತ್ತಿಲ್ಲ,' ಅಂದೆ.

ಅದಕ್ಕೆ ಅವರು, 'ತೆರೇಸಾ, ನಿನ್ನ ಮುಂದಿನ ಪ್ರಮುಖ ಗುರಿಗಳಲ್ಲಿ ಒಂದೆಂದರೆ — ನಿನ್ನ ಸಮಸ್ಯೆಗಳನ್ನು ನೀನೇ ಗುರುತಿಸಿ ಅವುಗಳನ್ನು ಬಗೆಹರಿಸಿಕೊಳ್ಳುವುದು. ಆದರೆ ಈಗ ನೀನು ಹೊಸಬಳಾಗಿರುವುದರಿಂದ, ಬಾ ಚರ್ಚೆ ಮಾಡೋಣ. ಅಸಲಿಗೆ ಸಮಸ್ಯೆ ಏನು ಅಂತ ನನಗೆ ವಿವರಿಸು,' ಎಂದರು.

ನಾನು ನನಗೆ ಸಾಧ್ಯವಾದಷ್ಟು ಮಟ್ಟಿಗೆ ಸಮಸ್ಯೆಯನ್ನು ವಿವರಿಸಲು ಪ್ರಯತ್ನಿಸಿದೆ. ಆದರೆ ಆ ಸಮಯದಲ್ಲಿ ನಾನು ಬಹಳ ಗಾಬರಿಯಾಗಿದ್ದೆ ಮತ್ತು ನನ್ನನ್ನು ನಾನು ಸಮರ್ಥಿಸಿಕೊಳ್ಳುವ ಧಾವಂತದಲ್ಲಿದ್ದೆ. ಹಾಗಾಗಿ ನಾನು ಹೇಳುತ್ತಿದ್ದ ವಿಷಯದಲ್ಲಿ ಅಷ್ಟಾಗಿ ಸ್ಪಷ್ಟತೆ ಇರಲಿಲ್ಲ."

ನನ್ನ ಮ್ಯಾನೇಜರ್ ಬಹಳ ಸೌಮ್ಯವಾಗಿ, "ಸಮಸ್ಯೆಗೆ ಕಾರಣವಾಗುವಂತೆ ಅಲ್ಲಿನ ವ್ಯಕ್ತಿಗಳು ಏನು ಮಾಡುತ್ತಿದ್ದಾರೆ ಅಥವಾ ಯಾವುದನ್ನು ಮಾಡುತ್ತಿಲ್ಲ ಎನ್ನುವುದನ್ನು ಮಾತ್ರ ನನಗೆ ತಿಳಿಸು," ಎಂದರು. ಅವರ ಆ ಮಾತು ನನ್ನನ್ನು ನಿರಾಳವಾಗಿಸಿತು.

ಅದುವರೆಗೂ ನನ್ನ ಬಗ್ಗೆಯೇ ಆತಂಕಗೊಂಡಿದ್ದ ನಾನು, ಆ ಕ್ಷಣದಲ್ಲಿ ನನ್ನನ್ನು ಮರೆತು ಅಸಲಿ ಸಮಸ್ಯೆಯ ಬಗ್ಗೆ ಯೋಚಿಸತೊಡಗಿದೆ. ಅವರು ಕೇಳಿದಂತೆಯೇ ಸಮಸ್ಯೆಯನ್ನು ವಿವರವಾಗಿ ವಿವರಿಸಿದೆ.

ಅವರು ಅಂದರು, "ಅದ್ಭುತ ತೆರೇಸಾ! ಈಗ, ಅಲ್ಲಿ ಪರಿಸ್ಥಿತಿ ಹೇಗಿರಬೇಕೆಂದು ನೀನು ಬಯಸುತ್ತೀಯಾ ಎನ್ನುವುದನ್ನು ಹೇಳು."

"ಅದು... ಅದು ನನಗಿನ್ನೂ ಸರಿಯಾಗಿ ತಿಳಿದಿಲ್ಲ ಸರ್," ಅಂದೆ.

"ಹಾಗಾದರೆ ನಿನಗೆ ಅದರ ಸ್ಪಷ್ಟತೆ ಸಿಕ್ಕ ತಕ್ಷಣ ನನಗೆ ಮತ್ತೆ ಫೋನ್ ಮಾಡು," ಎಂದರು.

ಅವರ ಮಾತಿನಿಂದ ನಾನು ಕ್ಷಣಕಾಲ ಮೌನವಾಗಿ ಬೆಚ್ಚಿಬಿದ್ದೆ. ಏನು ಹೇಳಬೇಕೆಂದು ತೋಚದೆ ಸುಮ್ಮನಾದೆ. ಆಗ ಅವರೇ ಆ ಮೌನವನ್ನು ಮುರಿದರು.

"ನೋಡು ತೆರೇಸಾ, ಅಲ್ಲಿ ಏನು ನಡೆಯಬೇಕೆಂದು ನಿನಗೆ ಸ್ಪಷ್ಟವಾಗಿ ಗೊತ್ತಿಲ್ಲದಿದ್ದರೆ, ನಿನಗೆ ಇನ್ನೂ ಸಮಸ್ಯೆ ಎದುರಾಗಿಲ್ಲ ಎಂದೇ ಅರ್ಥ. ನೀನು ಕೇವಲ ದೂರು ನೀಡುತ್ತಿದ್ದೀಯಾ ಅಷ್ಟೇ. ವಾಸ್ತವದಲ್ಲಿ ನಡೆಯುತ್ತಿರುವುದಕ್ಕೂ ಮತ್ತು ನಾವು ಏನನ್ನು ಬಯಸುತ್ತೇವೆಯೋ ಅದರ ನಡುವೆ ವ್ಯತ್ಯಾಸವಿದ್ದಾಗ ಮಾತ್ರ ಅದನ್ನು 'ಸಮಸ್ಯೆ' ಎನ್ನಲು ಸಾಧ್ಯ."

ಸಹಜವಾಗಿಯೇ ನಾನು ಬೇಗ ಕಲಿಯುವವಳಾದ್ದರಿಂದ, ಆ ಕ್ಷಣದಲ್ಲಿ ನನಗೆ ಏನು ಬೇಕು ಎನ್ನುವುದರ ಅರಿವಾಯಿತು. ನಾನು ಅದನ್ನು ವಿವರಿಸಿದಾಗ, ಅವರು "ಸರಿ, ಹಾಗಾದರೆ ಈ ವ್ಯತ್ಯಾಸಕ್ಕೆ ಕಾರಣವೇನಿರಬಹುದು?" ಎಂದು ನನ್ನನ್ನೇ ಕೇಳಿದರು.

ನಾನು ಕಾರಣಗಳನ್ನು ಪಟ್ಟಿ ಮಾಡಿದ ಮೇಲೆ ಅವರು, "ಸರಿ, ಹಾಗಾದರೆ

ಈಗ ನೀನು ಈ ಬಗ್ಗೆ ಏನು ಮಾಡಲಿದ್ದೀಯಾ?" ಎಂದು ಪ್ರಶ್ನಿಸಿದರು.

ನಾನು ಹೇಳಿದೆ, "ನಾನು 'ಎ' (A) ಎಂಬ ದಾರಿಯನ್ನು ಆರಿಸಿಕೊಳ್ಳಬಹುದು."

"ಒಂದು ವೇಳೆ ನೀನು ಆ 'ಎ' ಮಾರ್ಗವನ್ನು ಅನುಸರಿಸಿದರೆ, ನೀನು ಬಯಸಿದಂತೆಯೇ ಎಲ್ಲವೂ ನಡೆಯುತ್ತದೆಯೇ?" ಎಂದು ಅವರು ಕೇಳಿದರು.

"ಇಲ್ಲ," ಎಂದು ನಾನು ಉತ್ತರಿಸಿದೆ.

"ಹಾಗಾದರೆ ಅದು ಪ್ರಯೋಜನವಿಲ್ಲದ ಪರಿಹಾರ. ಬೇರೆ ಏನು ಮಾಡಬಲ್ಲೆ?" ಎಂದು ಮರುಪ್ರಶ್ನೆ ಹಾಕಿದರು.

"ನಾನು 'ಬಿ' (B) ಎಂಬ ದಾರಿಯನ್ನು ಪ್ರಯತ್ನಿಸಬಹುದು," ಎಂದೆ.

"ಆದರೆ 'ಬಿ' ಮಾರ್ಗವನ್ನು ಆರಿಸಿಕೊಂಡರೆ, ನೀನು ಅಂದುಕೊಂಡಿದ್ದು ನಿಜವಾಗಿಯೂ ನೆರವೇರುತ್ತದೆಯೇ?" ಎಂದು ಅವರು ಮತ್ತೆ ನನ್ನನ್ನು ಅಡ್ಡಗಟ್ಟಿದರು.

"ಇಲ್ಲ," ಎಂದು ನನಗೆ ಅರಿವಾಯಿತು.

"ಹಾಗಾದರೆ ಅದೂ ಸಹ ತಪ್ಪು ಪರಿಹಾರವೇ," ಎನ್ನುತ್ತಾ, "ಇನ್ನೇನು ಮಾಡಬಹುದು?" ಎಂದು ಕೇಳಿದರು.

ನಾನು ಕೆಲವು ನಿಮಿಷ ಆಳವಾಗಿ ಯೋಚಿಸಿ ಹೇಳಿದೆ, "ನಾನು 'ಸಿ' (C) ಎಂಬ ದಾರಿಯನ್ನು ಹಿಡಿಯಬಹುದು. ಆದರೆ ಅದನ್ನು ಮಾಡಿದರೂ ನಾನು ಬಯಸಿದ್ದು ನಡೆಯುವುದಿಲ್ಲ, ಅಂದಮೇಲೆ ಅದೂ ಸಹ ಸರಿಯಾದ ಪರಿಹಾರವಲ್ಲ, ಹೌದಲ್ಲವೇ?"

"ಸರಿಯಾಗಿ ಹೇಳಿದೆ. ಈಗ ನೀನು ವಿಷಯದ ಅಸಲಿ ಹಾದಿಗೆ ಬರುತ್ತಿದ್ದೀಯಾ," ಎಂದು ಅವರು ತಮಾಷೆ ಮಾಡಿದರು. "ಇವನ್ನಲ್ಲದೆ ಬೇರೆ ಏನಾದರೂ ಮಾಡಲು ಸಾಧ್ಯವೇ?"

ಆಗ ನನಗೆ ನಿರಾಳವೆನ್ನಿಸಿತು. ನಾನು ನಗುತ್ತಾ ಹೇಳಿದೆ, "ಬಹುಶಃ ಈ ಎಲ್ಲ ಪರಿಹಾರಗಳನ್ನು ಒಂದಕ್ಕೊಂದು ಬೆರೆಸಿ (combine) ಪ್ರಯತ್ನಿಸಬಹುದೇನೋ?"

"ಅದು ಖಂಡಿತವಾಗಿಯೂ ಪ್ರಯತ್ನಿಸಲು ಯೋಗ್ಯವಾದ ಆಲೋಚನೆ," ಎಂದರು ಮ್ಯಾನೇಜರ್.

"ನಿಜ ಹೇಳಬೇಕೆಂದರೆ, ನಾನು ಈ ವಾರ 'ಎ', ಮುಂದಿನ ವಾರ 'ಬಿ' ಮತ್ತು ಅದರ ಮುಂದಿನ ವಾರ 'ಸಿ' ಹಾದಿಯನ್ನು ಅನುಸರಿಸಿದರೆ ಈ ಸಮಸ್ಯೆಗೆ ಮುಕ್ತಿ ಸಿಗುತ್ತದೆ. ಇದು ಅದ್ಭುತ! ತುಂಬಾ ಧನ್ಯವಾದಗಳು ಸರ್, ನನ್ನ ಸಮಸ್ಯೆಯನ್ನು ನೀವೇ ಬಗೆಹರಿಸಿಕೊಟ್ಟಿರಿ."

ಆದರೆ ಅವರು ಅದನ್ನು ಒಪ್ಪದೆ, "ನಾನಲ್ಲ, ನಿನ್ನ ಸಮಸ್ಯೆಯನ್ನು ನೀನೇ

ಬಗೆಹರಿಸಿಕೊಂಡೆ. ಭವಿಷ್ಯದಲ್ಲಿ ಇಂತಹ ಸಂದರ್ಭಗಳು ಎದುರಾದಾಗ ನೀನೇ ನಿನಗೆ ಕೇಳಿಕೊಳ್ಳಬೇಕಾದ ಅಂತಹ ಕೆಲವು ಪ್ರಶ್ನೆಗಳನ್ನು ನಾನಿಲ್ಲಿ ಕೇಳಿದೆ ಅಷ್ಟೇ," ಎಂದು ಒತ್ತಿ ಹೇಳಿದರು.

"ಅವರು ಮಾಡಿದ್ದೇನು ಎಂಬುದು ಆಮೇಲೆ ನನಗೂ ಅರಿವಾಯಿತು. ಭವಿಷ್ಯದಲ್ಲಿ ನಾನೇ ಸ್ವತಂತ್ರವಾಗಿ ಸಮಸ್ಯೆಗಳನ್ನು ಹೇಗೆ ಬಗೆಹರಿಸಿಕೊಳ್ಳಬಹುದು ಎಂಬ ಕಲೆಯನ್ನು ಅವರು ನನಗೆ ಹಸ್ತಗತ ಮಾಡಿಕೊಟ್ಟಿದ್ದರು."

"ಅಂದರೆ, ಅತ್ಯುತ್ತಮ ಕಾರ್ಯಕ್ಷಮತೆ ಎಂದರೆ ಹೇಗಿರುತ್ತದೆ ಎಂಬುದನ್ನು ಅವರು ನಮಗೆ ತೋರಿಸಿಕೊಡುತ್ತಾರೆ ಎಂದಾಯಿತು," ಎಂದು ಆ ಯುವಕ ಕೇಳಿದ.

"ಹೌದು. ಯಾವುದೇ ಸಮಸ್ಯೆ ಇರಲಿ ಅದನ್ನು ನಾನು ಸರಿಯಾಗಿ ಅರ್ಥಮಾಡಿಕೊಂಡು, ನಾನೇ ಸ್ವತಃ ಅದನ್ನು ನಿವಾರಿಸುವಂತೆ ಮ್ಯಾನೇಜರ್ ನನಗೆ ಮಾರ್ಗದರ್ಶನ ನೀಡುತ್ತಾರೆ.

ಆ ಮಾತುಕತೆಯ ಕೊನೆಯಲ್ಲಿ ಅವರು, 'ತೆರೇಸಾ, ನೀನು ಬಹಳ ಸಮರ್ಥ ವ್ಯಕ್ತಿ. ಮುಂದಿನ ಬಾರಿ ನಿನಗೆ ಯಾವುದಾದರೂ ಸಮಸ್ಯೆ ಎದುರಾದಾಗ ಅದನ್ನು ನಿವಾರಿಸಲು ಈ ಕಾಯವೈಖರಿಯನ್ನು ನೆನಪಿಸಿಕೊ,' ಎಂದರು."

ತೆರೇಸಾ ತಮ್ಮ ಕುರ್ಚಿಯಲ್ಲಿ ಹಿಂದಕ್ಕೆ ವಾಲಿ ಕುಳಿತು, ಮ್ಯಾನೇಜರ್ ಜೊತೆಗಿನ ಆ ಮೊದಲ ಭೇಟಿಯ ನೆನಪುಗಳಲ್ಲಿ ಮುಳುಗಿದವರಂತೆ ಕಂಡರು.

"ಆ ಕ್ಷಣದಲ್ಲಿ ನನ್ನ ಮುಖದಲ್ಲಿ ಮಂದಹಾಸ ಮೂಡಿದ್ದು ಈಗಲೂ ನೆನಪಿದೆ. ಅವರು ಮಾಡಿದ ಈ ಉಪಾಯದಿಂದಾಗಿ, ಭವಿಷ್ಯದಲ್ಲಿ ನಾನು ಅವರ ಸಹಾಯಕ್ಕಾಗಿ ಪದೇ ಪದೇ ಕಾಡಿ ಸತಾಯಿಸುವ ಅಗತ್ಯವಿರುವುದಿಲ್ಲ ಎಂಬುದು ನನಗೆ ಅರ್ಥವಾಗಿತ್ತು."

"ಅದಕ್ಕೆ ಕಾರಣ, ನೀವೇ ಸ್ವತಃ ಸಮಸ್ಯೆಗಳನ್ನು ಬಗೆಹರಿಸುವ ಚಾಕಚಕ್ಯತೆ ಬೆಳೆಸಿಕೊಂಡಿರುವುದು."

"ಖಂಡಿತ. ತಮ್ಮ ತಂಡದ ಪ್ರತಿಯೊಬ್ಬರೂ ತಮ್ಮ ಕೆಲಸವನ್ನು ಅತ್ಯಂತ ಚುರುಕಾಗಿ ಮತ್ತು ಖುಷಿಯಿಂದ ಮಾಡುವುದನ್ನೇ ಅವರು ಸದಾ ಬಯಸುತ್ತಾರೆ."

ಯುವಕ ಒಂದು ಕ್ಷಣ ಆಲೋಚಿಸಿ, "ಇದರಿಂದಾಗಿ ಸಂಸ್ಥೆಯು ಯಾವುದೇ ಸನ್ನಿವೇಶಕ್ಕೆ ಬಹಳ ವೇಗವಾಗಿ ಸ್ಪಂದಿಸಲು ಸಾಧ್ಯವಾಗುತ್ತದೆ. ಯಾಕೆಂದರೆ ತಂಡದ ಪ್ರತಿಯೊಬ್ಬರೂ ಸ್ವಂತ ನಿರ್ಧಾರ ತೆಗೆದುಕೊಳ್ಳುವ ಶಕ್ತಿ ಹೊಂದಿರುತ್ತಾರೆ," ಎಂದನು.

ನಂತರ ಅವನು, "ನಾನು ಈವರೆಗೆ ಕಲಿತದ್ದನ್ನು ಒಂದು ಸಂಕ್ಷಿಪ್ತ ರೂಪದಲ್ಲಿ ಬರೆದಿಟ್ಟುಕೊಳ್ಳಲೇ?" ಎಂದು ಕೇಳಿದನು. ಅದಕ್ಕೆ ತೆರೇಸಾ, "ಖಂಡಿತ, ಅದೊಂದು ಒಳ್ಳೆಯ ಆಲೋಚನೆ," ಎಂದರು.

ಆ ಯುವಕ ಹೀಗೆ ಬರೆದ:

ಒಂದು ನಿಮಿಷದ ಗುರಿಗಳು ಅರ್ಥಪೂರ್ಣವಾಗಿ ಕೆಲಸ ಮಾಡುವುದು ಹೀಗೆ:

- ಸಹಭಾಗಿತ್ವದ ಯೋಜನೆ : ಗುರಿಗಳನ್ನು ಒಟ್ಟಾಗಿ ಯೋಜಿಸಿ, ಅವುಗಳನ್ನು ಅತ್ಯಂತ ಸಂಕ್ಷಿಪ್ತವಾಗಿ ಮತ್ತು ಸ್ಪಷ್ಟವಾಗಿ ವಿವರಿಸಿ. 'ಅತ್ಯುತ್ತಮ ಕಾರ್ಯಕ್ಷಮತೆ' ಎಂದರೆ ಹೇಗಿರುತ್ತದೆ ಎಂಬುದನ್ನು ತಂಡದ ಸದಸ್ಯರಿಗೆ ಮನದಟ್ಟು ಮಾಡಿಕೊಡಿ.

- ಸ್ಪಷ್ಟ ಬರಹ : ಪ್ರತಿಯೊಂದು ಗುರಿಯನ್ನು ಅದರ ಗಡುವಿನ ದಿನಾಂಕದೊಂದಿಗೆ (Due date) ಕೇವಲ ಒಂದು ಪುಟದಲ್ಲಿ ಅಡಕವಾಗುವಂತೆ ಬರೆದಿಡಲು ಸೂಚಿಸಿ.

- ನಿತ್ಯ ಅವಲೋಕನ : ಪ್ರತಿದಿನ ಕೇವಲ ಕೆಲವು ನಿಮಿಷಗಳನ್ನು ಮೀಸಲಿಟ್ಟು, ತಮ್ಮ ಅತ್ಯಂತ ಪ್ರಮುಖವಾದ ಗುರಿಗಳನ್ನು ಒಮ್ಮೆ ಕಣ್ಣಾಡಿಸುವಂತೆ ಅವರಿಗೆ ತಿಳಿಸಿ.

- ಸ್ವಯಂ ವಿಶ್ಲೇಷಣೆ : ಜನರು ತಾವು ಮಾಡುತ್ತಿರುವ ಕೆಲಸ ಕಾರ್ಯಗಳನ್ನು ಆಗಾಗ ಸೂಕ್ಷ್ಮವಾಗಿ ಗಮನಿಸುವಂತೆ ಪ್ರೋತ್ಸಾಹಿಸಿ; ಅವರ ಇಂದಿನ ನಡವಳಿಕೆಯು ಅವರು ತಲುಪಬೇಕಾದ ಗುರಿಗೆ ಪೂರಕವಾಗಿದೆಯೇ ಎಂದು ಪರೀಕ್ಷಿಸಿಕೊಳ್ಳಲಿ.

- ಮರುಚಿಂತನೆ : ಒಂದು ವೇಳೆ ಕೆಲಸವು ಗುರಿಯಿಂದ ದಾರಿ ತಪ್ಪುತ್ತಿದ್ದರೆ, ಅಂದುಕೊಂಡ ಗುರಿಯನ್ನು ಶೀಘ್ರವಾಗಿ ತಲುಪಲು ತಮ್ಮ ಕಾರ್ಯವೈಖರಿಯ ಬಗ್ಗೆ ಮರುಚಿಂತನೆ ನಡೆಸುವಂತೆ ಅವರಿಗೆ ಪ್ರೇರಣೆ ನೀಡಿ.

ಯುವಕ ತಾನು ಸಿದ್ಧಪಡಿಸಿದ ಆ ಸಾರಾಂಶವನ್ನು ತೆರೇಸಾಗೆ ತೋರಿಸಿದನು.

"ಅಷ್ಟೇ! ಅಕ್ಷರಶಃ ಸತ್ಯ," ಎನ್ನುತ್ತಾ ಆಕೆ ಮೆಚ್ಚುಗೆ ಸೂಚಿಸಿದರು. "ವಿಷಯವನ್ನು ನೀವು ಬಹಳ ಬೇಗ ಗ್ರಹಿಸುತ್ತೀರಿ."

ತನ್ನ ಬಗ್ಗೆ ತಾನೇ ಹೆಮ್ಮೆ ಪಟ್ಟುಕೊಂಡ ಆ ಯುವಕ, "ಧನ್ಯವಾದಗಳು," ಎಂದನು.

ನಂತರ ಕುತೂಹಲದಿಂದ, "ಈ 'ಒಂದು ನಿಮಿಷದ ಗುರಿ'ಗಳನ್ನು ನಿಗದಿಪಡಿಸುವುದು ಒಬ್ಬ ಸಮರ್ಥ ಮ್ಯಾನೇಜರ್ ಆಗಲು ಇರುವ ಮೊದಲ ರಹಸ್ಯವಾದರೆ, ಇನ್ನುಳಿದ ಎರಡು ರಹಸ್ಯಗಳು ಯಾವುವು ಎಂದು ನಾನು ತಿಳಿದುಕೊಳ್ಳಬಹುದೇ?" ಎಂದು ಕೇಳಿದನು.

ತೆರೇಸಾ ಮುಗುಳ್ನಗುತ್ತಾ ತಮ್ಮ ವಾಚ್ ನೋಡಿ ಹೇಳಿದರು, "ಅದನ್ನೇಕೆ ನೀವು ಪಾಲ್ ಟ್ರೆನೆಲ್ ಅವರನ್ನೇ ಕೇಳಬಾರದು? ನಮ್ಮ ಮಾತುಕತೆ ಮುಗಿದ ಮೇಲೆ ನೀವು ಅವರನ್ನು ಭೇಟಿಯಾಗುವ ಕಾರ್ಯಕ್ರಮವಿದೆಯಲ್ಲವೇ?"

ತೆರೇಸಾಗೆ ತನ್ನ ದಿನಚರಿಯ ಬಗ್ಗೆ ಮೊದಲೇ ತಿಳಿದಿರುವುದು ಅವನಿಗೆ ಅಚ್ಚರಿ ತಂದಿತು. ಅವನು ಎದ್ದು ನಿಂತು ಆಕೆಗೆ ಹಸ್ತಲಾಘವ ನೀಡುತ್ತಾ, "ಹೌದು, ನಿಮ್ಮ ಅಮೂಲ್ಯವಾದ ಸಮಯ ನೀಡಿದ್ದಕ್ಕೆ ತುಂಬಾ ವಂದನೆಗಳು," ಎಂದನು.

"ಅದಕ್ಕೇನಂತೆ, ಪರವಾಗಿಲ್ಲ. ಈಗಂತೂ ನನ್ನ ಬಳಿ ಸಮಯ ಬಹಳಷ್ಟಿದೆ. ನೀವು ಗಮನಿಸಿರಬಹುದು, ನಾನೂ ಸಹ ಒಬ್ಬ 'ನ್ಯೂ ಒನ್ ಮಿನಿಟ್ ಮ್ಯಾನೇಜರ್' ಆಗಿ ಬದಲಾಗುತ್ತಿದ್ದೇನೆ."

"ಅಂದರೆ ಆಗುತ್ತಿರುವ ಬದಲಾವಣೆಗಳನ್ನು ಗಮನಿಸಿ, ಈ ಮೂರು ರಹಸ್ಯಗಳನ್ನು ಅನ್ವಯಿಸಲು ನೀವು ಹೊಸ ಮಾರ್ಗಗಳನ್ನು ಹುಡುಕುತ್ತಿದ್ದೀರಾ?" ಎಂದು ಯುವಕ ಪ್ರಶ್ನಿಸಿದನು.

"ಹೌದು. ಬದಲಾವಣೆಗೆ ತಕ್ಕಂತೆ ಒಗ್ಗಿಕೊಳ್ಳುವುದೇ ಈಗ ನನ್ನ ಪ್ರಮುಖ ಗುರಿಗಳಲ್ಲೊಂದು," ಎಂದರು ತೆರೇಸಾ.

ಎರಡನೆಯ ರಹಸ್ಯ
ಒಂದು ನಿಮಿಷದ ಪ್ರಶಂಸೆ

ತೆರೇಸಾ ಅವರ ಕಚೇರಿಯಿಂದ ಹೊರಬರುತ್ತಿದ್ದಂತೆ, ಆ ಯುವಕನಿಗೆ ತಾನು ಕೇಳಿದ ವಿಷಯಗಳ ಸರಳತೆಯು ಬಹಳವಾಗಿ ಆಕರ್ಷಿಸಿತು. ಅವನು ಮನಸ್ಸಿನಲ್ಲೇ ಅಂದುಕೊಂಡ, "ಇದು ನಿಜಕ್ಕೂ ತರ್ಕಬದ್ಧವಾಗಿದೆ. ಗುರಿಗಳ ಬಗ್ಗೆ ಹಾಗೂ 'ಅತ್ಯುತ್ತಮ ಕಾರ್ಯಕ್ಷಮತೆ' ಎಂದರೆ ಹೇಗಿರುತ್ತದೆ ಎಂಬ ಬಗ್ಗೆ ಮ್ಯಾನೇಜರ್ ಮತ್ತು ಅವರ ತಂಡದ ನಡುವೆ ಸ್ಪಷ್ಟತೆ ಇಲ್ಲದಿದ್ದರೆ, ಒಬ್ಬ ಮ್ಯಾನೇಜರ್ ಹೇಗೆ ತಾನೇ ಯಶಸ್ವಿಯಾಗಲು ಸಾಧ್ಯ?"

ಪಾಲ್ ಟ್ರೆನೆಲ್ ಅವರ ಕಚೇರಿಯನ್ನು ತಲುಪಿದಾಗ, ಅಲ್ಲಿ ತನಗಿಂತ ತುಸು ದೊಡ್ಡವನಾದ ಹರೆಯದ ಯುವಕನೊಬ್ಬನನ್ನು ಕಂಡು ಅವನಿಗೆ ಆಶ್ಚರ್ಯವಾಯಿತು. ಪಾಲ್ ಅಂದಾಜು ಇಪ್ಪತ್ತರ ಕೊನೆ ಅಥವಾ ಮೂವತ್ತರ ಆರಂಭದ ಪ್ರಾಯದವರಂತೆ ಕಂಡರು.

ಪಾಲ್ ಮಾತು ಶುರು ಮಾಡಿದರು, "ಹಾಗಾದರೆ, ನೀವು ನಮ್ಮ ಮ್ಯಾನೇಜರ್ ಅವರನ್ನು ಭೇಟಿ ಮಾಡಿ ಬಂದಿರಿ. ಅವರು ನಿಜಕ್ಕೂ ಒಬ್ಬ ಅಸಾಮಾನ್ಯ ವ್ಯಕ್ತಿ, ಅಲ್ಲವೇ?"

ಮ್ಯಾನೇಜರ್ ಅವರನ್ನು ಪ್ರತಿಯೊಬ್ಬರೂ 'ಅಸಾಮಾನ್ಯ ವ್ಯಕ್ತಿ' ಎಂದು ಕರೆಯುವುದನ್ನು ಕೇಳಿ ಯುವಕನಿಗೂ ಈಗ ಅದು ಅಭ್ಯಾಸವಾಗಿ ಹೋಗಿತ್ತು. "ಹೌದು, ನನಗೂ ಹಾಗೆಯೇ ಅನಿಸುತ್ತಿದೆ," ಎಂದನು.

"ಅವರು ತಮ್ಮ ಮ್ಯಾನೇಜ್‌ಮೆಂಟ್ ಶೈಲಿಯ ಬಗ್ಗೆ ನಿಮಗೆ ವಿವರಿಸಿದರೇ?"

"ವಿವರಿಸಿದ್ದಾರೆ. ಆದರೆ ಅದೆಲ್ಲಾ ನಿಜವೇ?" ಎಂದು ಯುವಕ ಕೇಳಿದ. ತೆರೇಸಾ ನೀಡಿದ ಉತ್ತರಕ್ಕಿಂತ ಏನಾದರೂ ಭಿನ್ನವಾದ ಉತ್ತರ ಪಾಲ್ ಅವರಿಂದ ಸಿಗಬಹುದೇ ಎಂಬ ಕುತೂಹಲ ಅವನಲ್ಲಿತ್ತು.

"ಖಂಡಿತವಾಗಿಯೂ ಅದು ನೂರಕ್ಕೆ ನೂರು ಸತ್ಯ. ನಾನು ಹಿಂದೆ ಕೆಲಸ ಮಾಡುತ್ತಿದ್ದ ಸಂಸ್ಥೆಯಲ್ಲಿದ್ದ ಬಾಸ್, ಪ್ರತಿಯೊಂದು ಸಣ್ಣ ವಿಷಯಕ್ಕೂ ಮೂಗುತೂರಿಸುವ ಸ್ವಭಾವದವರಾಗಿದ್ದರು(micro-manager). ಆದರೆ ನಮ್ಮ ಈ 'ನ್ಯೂ ಒನ್ ಮಿನಿಟ್ ಮ್ಯಾನೇಜರ್' ಅವರಿಗೆ ಅಂತಹ ಶೈಲಿಯಲ್ಲಿ ಕಿಂಚಿತ್ತೂ ನಂಬಿಕೆಯಿಲ್ಲ."

"ಅಂದರೆ, ನಿಮಗೆ ಅವರಿಂದ ಯಾವುದೇ ಸಹಾಯ ಸಿಗುವುದಿಲ್ಲವೇ?"

"ನಾನು ಕೆಲಸ ಕಲಿಯುತ್ತಿದ್ದ ಆರಂಭದ ದಿನಗಳಲ್ಲಿ ಸಿಗುತ್ತಿದ್ದಷ್ಟು ಸಹಾಯ ಈಗ ಸಿಗುವುದಿಲ್ಲ. ಅವರಿಗೆ ನನ್ನ ಬಗ್ಗೆ ಈಗ ನಂಬಿಕೆ ಹೆಚ್ಚಿದೆ. ಆದರೂ, ಯಾವುದಾದರೂ ಹೊಸ ಯೋಜನೆ ಅಥವಾ ಹೊಸ ಜವಾಬ್ದಾರಿಗಳನ್ನು ವಹಿಸಿಕೊಳ್ಳುವ ಆರಂಭದ ಹಂತದಲ್ಲಿ ಅವರು ನನ್ನ ಜೊತೆ ಸಾಕಷ್ಟು ಸಮಯ ಕಳೆಯುತ್ತಾರೆ."

"ಹೌದು, ನಾನೀಗಷ್ಟೇ 'ಒಂದು ನಿಮಿಷದ ಗುರಿಗಳ' ಬಗ್ಗೆ ತಿಳಿದುಕೊಂಡೆ," ಎಂದು ಯುವಕ ಮಧ್ಯಪ್ರವೇಶಿಸಿ ಹೇಳಿದನು.

"ನಿಜ ಹೇಳಬೇಕೆಂದರೆ, ನಾನು ಆಗ ಆ ಗುರಿಗಳ ಬಗ್ಗೆ ಯೋಚಿಸುತ್ತಿರಲಿಲ್ಲ. ನಾನು ಹೇಳುತ್ತಿರುವುದು 'ಒಂದು ನಿಮಿಷದ ಪ್ರಶಂಸೆ'ಗಳ (One Minute Praisings) ಬಗ್ಗೆ."

"ಒಂದು ನಿಮಿಷದ ಪ್ರಶಂಸೆಗಳೇ? ಅಂದರೆ ಅದು ಎರಡನೆಯ ರಹಸ್ಯವೇ?"

"ಹೌದು. ನಿಜ ಹೇಳಬೇಕೆಂದರೆ, ನಾನು ಇಲ್ಲಿ ಕೆಲಸಕ್ಕೆ ಸೇರಿದ ಮೊದಲ ದಿನವೇ ನಮ್ಮ ಮ್ಯಾನೇಜರ್ ತಾವು ಮುಂದೆ ಏನು ಮಾಡಲಿದ್ದಾರೆ ಎಂಬುದನ್ನು ಬಹಳ ಸ್ಪಷ್ಟವಾಗಿ ತಿಳಿಸಿದ್ದರು."

"ಅವರು ಏನು ಹೇಳಿದರು?"

"ನಾನು ಮಾಡುತ್ತಿರುವ ಕೆಲಸದ ಬಗ್ಗೆ ಅವರು ನನಗೆ ಸ್ಪಷ್ಟವಾದ ಪ್ರತಿಕ್ರಿಯೆಯನ್ನು (Feedback) ನೀಡಿದರೆ, ನಾನು ಅತ್ಯುತ್ತಮವಾಗಿ ಕೆಲಸ ನಿರ್ವಹಿಸಲು ಸುಲಭವಾಗುತ್ತದೆ ಎಂದು ಅವರು ಹೇಳಿದರು. ನನ್ನಲ್ಲಿ ಪ್ರತಿಭೆಯಿದೆ ಮತ್ತು ಅದನ್ನು ಗುರುತಿಸಿ ನಾನು ಸಂಸ್ಥೆಯಲ್ಲೇ ಮುಂದುವರಿಯುವಂತೆ ಮಾಡುವುದು ಅವರ ಉದ್ದೇಶವಾಗಿತ್ತು. ಅಷ್ಟೇ ಅಲ್ಲದೆ, ನಾನು ನನ್ನ ಕೆಲಸವನ್ನು ಆನಂದಿಸಬೇಕು ಮತ್ತು ಸಂಸ್ಥೆಯ ಬೆಳವಣಿಗೆಗೆ ದೊಡ್ಡ ಮಟ್ಟದ ನೆರವಾಗಬೇಕು ಎಂಬುದು ಅವರ ಆಶಯವಾಗಿತ್ತು."

"ನಾನು ಯಾವಾಗ ಚೆನ್ನಾಗಿ ಕೆಲಸ ಮಾಡುತ್ತಿದ್ದೇನೆ ಮತ್ತು ಯಾವಾಗ ಮಾಡುತ್ತಿಲ್ಲ ಎಂಬುದನ್ನು ಬಹಳ ನಿಖರವಾದ ಶಬ್ದಗಳಲ್ಲಿ ತಿಳಿಸುವುದಾಗಿ ಅವರು ಹೇಳಿದರು. ಆರಂಭದಲ್ಲಿ ಇದು ನಮ್ಮಿಬ್ಬರಿಗೂ ಅಷ್ಟೊಂದು ಸುಖಕರವಾಗಿರುವುದಿಲ್ಲ ಎಂದು ಅವರು ಮೊದಲೇ ಎಚ್ಚರಿಸಿದ್ದರು."

"ಯಾಕೆ?"

"ಯಾಕೆಂದರೆ, ಅವರು ಅಂದು ಹೇಳಿದಂತೆ — ಹೆಚ್ಚಿನ ಮ್ಯಾನೇಜರ್‌ಗಳು ಆ ರೀತಿಯಲ್ಲಿ ಕೆಲಸ ನಿರ್ವಹಿಸುವುದಿಲ್ಲ. ಆದರೆ, ವೃತ್ತಿಜೀವನದಲ್ಲಿ ಯಶಸ್ಸು ಗಳಿಸುವುದು ನನಗೆ ಮುಖ್ಯವಾಗಿದ್ದರೆ, ಈ 'ಪ್ರತಿಕ್ರಿಯೆ' ಎನ್ನುವುದು ಒಂದು ಅಮೂಲ್ಯವಾದ ಸಾಧನ ಎಂಬುದು ನನಗೂ ಶೀಘ್ರವೇ ಅರ್ಥವಾಗುತ್ತದೆ ಎಂದು ಅವರು ಭರವಸೆ

ನೀಡಿದರು."

"ನೀವು ಹೇಳುತ್ತಿರುವುದಕ್ಕೆ ಒಂದು ಉದಾಹರಣೆ ನೀಡಬಲ್ಲಿರಾ?"

"ಖಂಡಿತ," ಎಂದು ಪಾಲ್ ಉತ್ತರಿಸಿದರು. "ನಾನು ಇಲ್ಲಿ ಕೆಲಸಕ್ಕೆ ಸೇರಿದಾಗ ಒಂದು ವಿಷಯ ಗಮನಿಸಿದೆ; ಮ್ಯಾನೇಜರ್ ಮತ್ತು ನಾನು ಸೇರಿ 'ಒಂದು ನಿಮಿಷದ ಗುರಿಗಳ'ನ್ನು ನಿಗದಿಪಡಿಸಿದ ನಂತರವೂ ಅವರು ನನ್ನೊಂದಿಗೆ ನಿಕಟ ಸಂಪರ್ಕದಲ್ಲಿದ್ದರು."

"ಅವರು ಅದನ್ನು ಹೇಗೆ ಮಾಡುತ್ತಿದ್ದರು?" ಯುವಕ ಕೇಳಿದ.

"ಅದಕ್ಕೆ ಎರಡು ದಾರಿಗಳಿದ್ದವು. ಮೊದಲನೆಯದಾಗಿ, ಅವರು ನನ್ನ ಪ್ರತಿಯೊಂದು ಕೆಲಸವನ್ನೂ ಸೂಕ್ಷ್ಮವಾಗಿ ಗಮನಿಸುತ್ತಿದ್ದರು. ಅವರು ಭೌತಿಕವಾಗಿ ನನ್ನ ಹತ್ತಿರ ಇಲ್ಲದಿದ್ದರೂ ಸಹ, ನಾನು ಮಾಡುತ್ತಿರುವ ಕೆಲಸದ ಗುಣಮಟ್ಟ ಮತ್ತು ವೇಗವನ್ನು ತಿಳಿಸುವ ವಿವಿಧ ಅಂಕಿ-ಅಂಶಗಳನ್ನು ಅವರು ಸದಾ ಪರಿಶೀಲಿಸುತ್ತಿದ್ದರು. ಎರಡನೆಯದಾಗಿ, ನನ್ನ ಕೆಲಸದ ಪ್ರಗತಿಯ ಬಗ್ಗೆ ಕಾಲಕಾಲಕ್ಕೆ ಅವರಿಗೆ ವರದಿಗಳನ್ನು ಕಳುಹಿಸಬೇಕೆಂದು ಅವರು ಸೂಚಿಸಿದ್ದರು."

"ಅದರ ಬಗ್ಗೆ ನಿಮಗೇನನ್ನಿಸಿತು?"

"ನಿಜ ಹೇಳಬೇಕೆಂದರೆ, ಆರಂಭದಲ್ಲಿ ಇದು ನನಗೆ ಒಂದು ರೀತಿಯ ಕಿರಿಕಿರಿ ಉಂಟುಮಾಡಿತು. ಆದರೆ, ಕೆಲಸದ ಆರಂಭದಲ್ಲಿ ಅವರು ನನ್ನ ಮೇಲೆ ಸದಾ ಕಣ್ಣಿಟ್ಟಿರುವುದು ನಾನು ಮಾಡುವ 'ತಪ್ಪುಗಳನ್ನು ಹಿಡಿಯಲು' ಅಲ್ಲ, ಬದಲಾಗಿ 'ನಾನು ಮಾಡುತ್ತಿರುವ ಸರಿಯಾದ ಕೆಲಸಗಳನ್ನು ಗುರುತಿಸಲು' ಎಂಬ ಅವರ ಮಾತನ್ನು ನಾನು ನೆನಪಿಸಿಕೊಂಡೆ."

ಯುವಕ ಅಚ್ಚರಿಯಿಂದ ಕೇಳಿದ, "ನೀವು ಸರಿಯಾದ ಕೆಲಸ ಮಾಡುವಾಗ ನಿಮ್ಮನ್ನು ಹಿಡಿಯುವುದೇ?"

"ಹೌದು. ನಮ್ಮ ಸಂಸ್ಥೆಯ ಪ್ರತಿಯೊಬ್ಬ ಮ್ಯಾನೇಜರ್ ಪಾಲಿಸುವ ಒಂದು ಮಂತ್ರ ಇದು."

ಪಾಲ್ ಟ್ರೆನೆಲ್ ತನ್ನ ಕಂಪ್ಯೂಟರ್ ಪರದೆಯತ್ತ ಕೈ ತೋರಿಸಿದರು. ಅಲ್ಲಿ ಮ್ಯಾನೇಜರ್ ಅವರ ಎರಡನೆಯ ಪ್ರಮುಖ ಮಂತ್ರವು 'ಸ್ಕ್ರೀನ್ ಸೇವರ್' ರೂಪದಲ್ಲಿ ರಾರಾಜಿಸುತ್ತಿತ್ತು:

*

ಜನರು ತಮ್ಮ ಪೂರ್ಣ
ಸಾಮರ್ಥ್ಯವನ್ನು ತಲುಪಲು
ಸಹಾಯ ಮಾಡಿ.
ಅವರು ಸರಿಯಾದ ಕೆಲಸವನ್ನು ಮಾಡುವಾಗ
ಅವರನ್ನು ಹಿಡಿಯಿರಿ.

*

ಯುವಕ ಎಷ್ಟೋ ಮ್ಯಾನೇಜರ್‌ಗಳನ್ನು ಭೇಟಿಯಾಗಿದ್ದ, ಆದರೆ ಯಾವೊಬ್ಬ ಮ್ಯಾನೇಜರ್ ಕೂಡ ಹೀಗೆ ಮಾಡುವುದನ್ನು ಅವನು ಕೇಳಿಯೇ ಇರಲಿಲ್ಲ.

ಪಾಲ್ ಮುಂದುವರಿಸಿದರು, "ಹೆಚ್ಚಿನ ಸಂಸ್ಥೆಗಳಲ್ಲಿ ಮ್ಯಾನೇಜರ್‌ಗಳು ತಮ್ಮ ಹೆಚ್ಚಿನ ಸಮಯವನ್ನು ಜನರು ಏನು ಮಾಡುತ್ತಿರುವಾಗ ಗುರುತಿಸಲು ಕಳೆಯುತ್ತಾರೆ ಹೇಳಿ?"

ಆ ಯುವಕನಿಗೆ ವಿಷಯ ಅರ್ಥವಾಗಿ ಮುಗುಳ್ನಗುತ್ತಾ ಹೇಳಿದ, "ಏನಾದರೂ ತಪ್ಪು ಮಾಡುವಾಗ."

"ಸರಿಯಾಗಿ ಹೇಳಿದಿರಿ!" ಪಾಲ್ ನಕ್ಕರು. "ಇಲ್ಲಿ ನಾವು ಸಕಾರಾತ್ಮಕತೆಗೆ ಹೆಚ್ಚು ಒತ್ತು ನೀಡುತ್ತೇವೆ. ಜನರು ಏನಾದರೂ ಸರಿಯಾಗಿ ಮಾಡಿದಾಗ ನಾವು ಅದನ್ನು ಗುರುತಿಸುತ್ತೇವೆ, ಅದರಲ್ಲೂ ವಿಶೇಷವಾಗಿ ಅವರು ಹೊಸ ಕೆಲಸವನ್ನು ಶುರು ಮಾಡಿದಾಗ ಇದು ಹೆಚ್ಚಾಗಿ ನಡೆಯುತ್ತದೆ."

ಯುವಕ ಕೆಲವು ಟಿಪ್ಪಣಿಗಳನ್ನು ಮಾಡಿಕೊಂಡ, ನಂತರ ತಲೆ ಎತ್ತಿ ಕೇಳಿದ, "ಸರಿ, ನೀವು ಏನನ್ನಾದರೂ ಸರಿಯಾಗಿ ಮಾಡುವುದನ್ನು ಅವರು ಗಮನಿಸಿದಾಗ ಏನಾಗುತ್ತದೆ?"

"ಆಗಲೇ ಅವರು 'ಒಂದು ನಿಮಿಷದ ಪ್ರಶಂಸೆ' ನೀಡುವುದು," ಪಾಲ್ ಸಂಭ್ರಮದಿಂದ ಹೇಳಿದರು.

"ಅದರ ಅರ್ಥವೇನು?" ಎಂದು ಯುವಕ ಕುತೂಹಲದಿಂದ ಕೇಳಿದ.

"ನೀವು ಏನನ್ನಾದರೂ ಸರಿಯಾಗಿ ಮಾಡಿದ್ದನ್ನು ಅವರು ಗಮನಿಸಿದಾಗ, ನೀವು ಯಾವುದನ್ನು ನಿಖರವಾಗಿ ಸರಿಯಾಗಿ ಮಾಡಿದ್ದೀರಿ ಮತ್ತು ಅದರ ಬಗ್ಗೆ ಅವರಿಗೆ ಎಷ್ಟು ಸಂತೋಷವಾಗಿದೆ ಎಂದು ಅವರು ನಿಮಗೆ ತಿಳಿಸುತ್ತಾರೆ.

ಆ ತೃಪ್ತಿಯ ಅನುಭವ ನಿಮಗೂ ಆಗಲಿ ಎಂಬ ಉದ್ದೇಶದಿಂದ ಅವರು ಒಂದು ಕ್ಷಣ ಮೌನವಾಗುತ್ತಾರೆ. ನಂತರ, 'ಇದೇ ರೀತಿ ಒಳ್ಳೆಯ ಕೆಲಸ ಮುಂದುವರಿಸಿ' ಎಂದು ಪ್ರೋತ್ಸಾಹಿಸಿ ಆ ಪ್ರಶಂಸೆಯನ್ನು ಇನ್ನಷ್ಟು ಗಟ್ಟಿಗೊಳಿಸುತ್ತಾರೆ."

"ಯಾವ ಮ್ಯಾನೇಜರ್ ಕೂಡ ಹೀಗೆ ಮಾಡುವುದನ್ನು ನಾನು ಕೇಳಿಯೇ ಇಲ್ಲ," ಯುವಕ ಅಂದ. "ಇದರಿಂದ ನಿಮಗೆ ನಿಜಕ್ಕೂ ಬಹಳ ಒಳ್ಳೆಯ ಅನುಭವವಾಗುತ್ತಿರಬೇಕಲ್ಲವೇ?"

"ಖಂಡಿತವಾಗಿಯೂ ಆಗುತ್ತದೆ, ಅದಕ್ಕೆ ಹಲವು ಕಾರಣಗಳಿವೆ. ಮೊದಲನೆಯದಾಗಿ, ನಾನು ಏನಾದರೂ ಸರಿಯಾದ ಕೆಲಸ ಮಾಡಿದ ತಕ್ಷಣವೇ ನನಗೆ ಪ್ರಶಂಸೆ ಸಿಗುತ್ತದೆ." ಪಾಲ್ ತುಸು ಮುಂದೆ ಬಾಗಿ ಗುಟ್ಟಾಗಿ ಹೇಳಿದರು, "ನಾನು ಹೇಗೆ ಕಾರ್ಯನಿರ್ವಹಿಸಿದೆ ಎಂದು ತಿಳಿಯಲು ಆ ವರ್ಷದ ಕೊನೆಯ ವರದಿಗಾಗಿ ಕಾಯಬೇಕಾಗಿಲ್ಲ. ನಾನು ಹೇಳುತ್ತಿರುವುದು ನಿನಗೆ ಅರ್ಥವಾಯಿತಲ್ಲವೆ?"

"ನನಗೆ ಗೊತ್ತು," ಯುವಕ ಹೇಳಿದ. "ನಾವು ಮಾಡುತ್ತಿರುವ ಕೆಲಸ ಎಂತದ್ದು ಎಂದು ತಿಳಿಯಲು ಅಷ್ಟೊಂದು ಕಾಲ ಕಾಯುವುದು ನಿಜಕ್ಕೂ ಹಿಂಸೆ."

"ನಾನು ಒಪ್ಪುತ್ತೇನೆ. ಎರಡನೆಯದಾಗಿ, ನಾನು ಯಾವುದನ್ನು ಸರಿಯಾಗಿ ಮಾಡಿದ್ದೇನೆ ಎಂದು ಅವರು ನಿಖರವಾಗಿ ಹೇಳುವುದರಿಂದ, ಅವರು ನನ್ನ ಕೆಲಸವನ್ನು ಗಮನಿಸುತ್ತಿದ್ದಾರೆ ಮತ್ತು ಅವರ ಹೊಗಳಿಕೆ ಪ್ರಾಮಾಣಿಕವಾಗಿದೆ ಎಂಬುದು ನನಗೆ ತಿಳಿಯುತ್ತದೆ. ಮೂರನೆಯದಾಗಿ, ಪ್ರಶಂಸಿಸುವಲ್ಲಿ ಅವರು ಯಾವಾಗಲೂ ಸ್ಥಿರವಾಗಿರುತ್ತಾರೆ (consistent)."

"ಸ್ಥಿರವಾಗಿರುತ್ತಾರೆ ಅಂದರೆ?" ಯುವಕ ಮರುಪ್ರಶ್ನೆ ಹಾಕಿದ.

"ಹೌದು. ನಾನು ಚೆನ್ನಾಗಿ ಕೆಲಸ ಮಾಡಿದಾಗ ಮತ್ತು ಅದಕ್ಕೆ ನಾನು ಅರ್ಹನಾಗಿದ್ದಾಗ ಅವರು ನನ್ನನ್ನು ಪ್ರಶಂಸಿಸುತ್ತಾರೆ; ಒಂದು ವೇಳೆ ಅವರ ವೈಯಕ್ತಿಕ ಜೀವನದಲ್ಲಾಗಲಿ ಅಥವಾ ಇಲ್ಲಿನ ಕೆಲಸದ ವಿಷಯದಲ್ಲಾಗಲಿ ಅವರಿಗೆ ಏನಾದರೂ ತೊಂದರೆಗಳಿದ್ದರೂ ಅವರು ನನ್ನನ್ನು ಮೆಚ್ಚುವುದನ್ನು ಮರೆಯುವುದಿಲ್ಲ. ಬೇರೆಲ್ಲಿಯೋ ನಡೆದ ವಿಷಯಗಳ ಬಗ್ಗೆ ಅವರಿಗೆ ಕಿರಿಕಿರಿ ಇರಬಹುದು ಎಂದು ನನಗೆ ಗೊತ್ತು. ಆದರೆ ಅವರು ಆ ಕ್ಷಣದ ತಮ್ಮ ಮನಸ್ಥಿತಿಗೆ ತಕ್ಕಂತೆ ಪ್ರತಿಕ್ರಿಯಿಸದೆ, ನನ್ನ ಕೆಲಸಕ್ಕೆ ತಕ್ಕಂತೆ ಸ್ಪಂದಿಸುತ್ತಾರೆ. ಅವರ ಈ ಗುಣ ನನಗೆ ಬಹಳ ಇಷ್ಟ."

"ಈ ತರಹ ಪ್ರಶಂಸೆ ಮಾಡೋದಕ್ಕೆ ಮ್ಯಾನೇಜರ್‌ಗೆ ತುಂಬಾ ಸಮಯ ಬೇಕಾಗಲ್ವಾ?" ಯುವಕ ಕೇಳಿದ.

"ಖಂಡಿತ ಇಲ್ಲ. ಒಬ್ಬರ ಕೆಲಸವನ್ನ ನೀವು ಗಮನಿಸ್ತಿದ್ದೀರಾ ಅಂತ ಅವರಿಗೆ ಅರ್ಥ ಮಾಡಿಸೋಕೆ ಅಷ್ಟೊಂದು ಹೊತ್ತು ಹೊಗಳೋ ಅಗತ್ಯವಿಲ್ಲ ಅನ್ನೋದನ್ನ ನೆನಪಿಡಿ. ಇದಕ್ಕೆ ಸಾಮಾನ್ಯವಾಗಿ ಒಂದು ನಿಮಿಷಕ್ಕಿಂತ ಕಡಿಮೆ ಸಮಯ ಸಾಕು."

ಯುವಕ ಅಂದ, "ಅದಕ್ಕೇ ಅಲ್ವಾ ಇದಕ್ಕೆ 'ಒಂದು ನಿಮಿಷದ ಪ್ರಶಂಸೆ' ಅಂತ ಕರೆಯೋದು."

"ಸರಿಯಾಗಿ ಹೇಳಿದ್ರಿ," ಅಂದ ಪಾಲ್.

"ಅಂದ್ರೆ ಅವರು ಯಾವಾಗಲೂ ನೀವು ಮಾಡೋ ಸರಿಯಾದ ಕೆಲಸಗಳನ್ನೇ ಹುಡುಕ್ತಿರ್ತಾರಾ?"

"ಇಲ್ಲ, ಯಾವಾಗಲೂ ಅಲ್ಲ," ಪಾಲ್ ಉತ್ತರಿಸಿದ. "ಹೆಚ್ಚಾಗಿ ನೀವು ಹೊಸದಾಗಿ ಇಲ್ಲಿ ಕೆಲಸಕ್ಕೆ ಸೇರಿದಾಗ ಅಥವಾ ಯಾವುದಾದರೂ ಹೊಸ ಪ್ರಾಜೆಕ್ಟ್ ಅಥವಾ ಹೊಸ ಜವಾಬ್ದಾರಿ ತಗೊಂಡಾಗ ಮಾತ್ರ ಅವರು ಹೀಗೆ ಮಾಡ್ತಾರೆ. ಒಮ್ಮೆ ನಿಮಗೆ ಕೆಲಸದ ಪಟ್ಟುಗಳು ಗೊತ್ತಾದ ಮೇಲೆ, ಅವರಿಗೆ ನಿಮ್ಮ ಮೇಲೆ ಪೂರ್ಣ ಭರವಸೆ ಮೂಡುತ್ತೆ. ಆಮೇಲೆ ಅವರು ನಿಮ್ಮ ಹತ್ತಿರ ಅಷ್ಟಾಗಿ ಸುಳಿಯೋದಿಲ್ಲ."

"ಹೌದಾ? ಅಷ್ಟೊಂದು ಅಟೆನ್ಷನ್ ಸಿಕ್ಕಿದ ಮೇಲೆ ಆಮೇಲೆ ಅವರು ಬರದೇ ಇದ್ರೆ ಒಂತರಾ ಬೇಜಾರಾಗಲ್ವಾ?"

"ನಿಜವಾಗ್ಲೂ ಆಗಲ್ಲ. ಯಾಕಂದ್ರೆ ನಿಮ್ಮ ಕೆಲಸ ಎಷ್ಟು ಚೆನ್ನಾಗಿ ನಡೀತಿದೆ ಅಂತ ತಿಳ್ಕೊಳ್ಳೋಕೆ ಮ್ಯಾನೇಜರ್‌ಗೆ ಮತ್ತು ನಿಮಗೆ ಬೇರೆ ದಾರಿಗಳೂ ಇರ್ತವೆ. ಸೇಲ್ಸ್ ಅಂಕಿ-ಅಂಶಗಳು, ಖರ್ಚು-ವೆಚ್ಚಗಳು ಅಥವಾ ಪ್ರೊಡಕ್ಷನ್ ಶೆಡ್ಯೂಲ್ — ಇಂತಹ ಮಾಹಿತಿಗಳನ್ನು ಇಬ್ಬರೂ ನೋಡಿ ನಿಮ್ಮ ಕೆಲಸ ಮೆಚ್ಚುವಂತಿದೆಯೇ ಎಂದು ತಿಳಿದುಕೊಳ್ಳಬಹುದು."

"ಕಾಲಕ್ರಮೇಣ," ಪಾಲ್ ಮಾತು ಮುಂದುವರಿಸಿದರು, "ನಾವೇ ನಮ್ಮ ಕೆಲಸದಲ್ಲಿರುವ ಸರಿಗಳನ್ನು ಗುರುತಿಸಿಕೊಳ್ಳಲು ಶುರು ಮಾಡುತ್ತೇವೆ. ನಮ್ಮನ್ನು ನಾವೇ ಮೆಚ್ಚಿಕೊಳ್ಳಲು ಕಲಿಯುತ್ತೇವೆ. ಅವರು ಇನ್ಯಾವಾಗ ಬಂದು ಪ್ರಶಂಸಿಸುತ್ತಾರೋ ಎಂಬ ಕುತೂಹಲ ನಮಗೆ ಸದಾ ಇರುತ್ತದೆ—ಅವರು ಆಗೊಮ್ಮೆ ಈಗೊಮ್ಮೆ ಬಂದು ಹಾಗೆ ಮೆಚ್ಚುಗೆ ಸೂಚಿಸುತ್ತಾರೆ ಕೂಡ—ಅವರು ನಮ್ಮ ಹತ್ತಿರ ಇಲ್ಲದಿದ್ದರೂ ನಾವು ಅಷ್ಟೇ ಲವಲವಿಕೆಯಿಂದ ಕೆಲಸ ಮಾಡಲು ಇದು ಪ್ರೇರಣೆ ನೀಡುತ್ತದೆ. ಇದೊಂತರಾ ಆಶ್ಚರ್ಯಕರ ಸಂಗತಿ. ನನ್ನ ಬದುಕಿನಲ್ಲಿ ನಾನು ಇಷ್ಟು ಕಷ್ಟಪಟ್ಟು ಯಾವತ್ತೂ ಕೆಲಸ ಮಾಡಿರಲಿಲ್ಲ, ಹಾಗೆಯೇ ಇಷ್ಟು ಖುಷಿಯಿಂದ ಕೂಡ!"

"ಅದಕ್ಕೆ ಮುಖ್ಯ ಕಾರಣ: ನನಗೆ ಪ್ರಶಂಸೆ ಸಿಕ್ಕಿದೆ ಎಂದರೆ ನಾನು ಅದಕ್ಕೆ ಅರ್ಹನಾಗಿದ್ದೇನೆ ಎಂಬುದು ನನಗೆ ಗೊತ್ತು. ಅದರಿಂದ ಆತ್ಮವಿಶ್ವಾಸ ಹೇಗೆ ಬೆಳೆಯುತ್ತದೆ ಎಂಬುದನ್ನು ನಾನೇ ಕಂಡಿದ್ದೇನೆ, ಈ ಆತ್ಮವಿಶ್ವಾಸವೇ ಕೆಲಸದಲ್ಲಿ ತುಂಬಾ ಮುಖ್ಯ."

"ಅದು ಯಾಕೆ ಅಷ್ಟು ಮುಖ್ಯ ಎಂದು ನಿಮಗನ್ನಿಸುತ್ತದೆ?" ಯುವಕ ಕೇಳಿದ.

"ಯಾಕೆಂದರೆ, ಕಷ್ಟಪಟ್ಟು ಗಳಿಸಿದ ಆತ್ಮವಿಶ್ವಾಸವು ಕೆಲಸದಲ್ಲಿ ಆಗುವ ಬದಲಾವಣೆಗಳನ್ನು ಎದುರಿಸಲು ಶಕ್ತಿ ನೀಡುತ್ತದೆ. ನಾವು ಸದಾ ಇತರರಿಗಿಂತ ಒಂದು ಹೆಜ್ಜೆ ಮುಂದಿರಬೇಕಾದರೆ, ಹೊಸತನವನ್ನು ತರುವಷ್ಟು ಧೈರ್ಯ ನಮ್ಮಲ್ಲಿರಬೇಕು."

"ಅದಕ್ಕಾಗಿಯೇ ನಿಮ್ಮ ಮ್ಯಾನೇಜರ್ ನಿಮ್ಮ ನಿರ್ಧಾರಗಳಲ್ಲಿ ತಲೆ ಹಾಕುವ ಬದಲು, ನೀವೇ ಸಮಸ್ಯೆಯನ್ನು ಬಗೆಹರಿಸಿಕೊಳ್ಳಲು ಅವಕಾಶ ನೀಡುತ್ತಾರೆಯೇ?"

"ಹೌದು. ಇದರಿಂದ ಮ್ಯಾನೇಜರ್ ಅವರ ಸಮಯವೂ ಉಳಿಯುತ್ತದೆ. ನಾನು ಕೂಡ ನನ್ನ ತಂಡದವರ ಜೊತೆ ಇದೇ ರೀತಿ ನಡೆದುಕೊಳ್ಳುತ್ತೇನೆ, ಇದರಿಂದ ಅವರೂ ಕೂಡ ಸಮರ್ಥರಾಗುತ್ತಾರೆ."

"ನನಗೀಗ ಇಲ್ಲಿನ ಕ್ರಮ ಅರ್ಥವಾಗುತ್ತಿದೆ. ನೀವು 'ಒಂದು ನಿಮಿಷದ ಗುರಿ'ಗಳನ್ನು 'ಪ್ರಶಂಸೆ'ಗಳ ಜೊತೆ ಜೋಡಿಸುತ್ತೀರಿ, ಇದು ಜನರ ಶ್ರೇಷ್ಠತೆಯನ್ನು ಹೊರತರುತ್ತದೆ."

"ನಿಖರವಾಗಿ ಹೇಳಿದಿರಿ."

"ಒಂದು ನಿಮಿಷದ ಪ್ರಶಂಸೆಯನ್ನು ಹೇಗೆ ಬಳಸಬೇಕು ಎಂಬ ಬಗ್ಗೆ ಒಂದು ಪುಟ್ಟ ಟಿಪ್ಪಣಿ ಮಾಡಿಕೊಳ್ಳಲು ನನಗೆ ಸ್ವಲ್ಪ ಸಮಯ ನೀಡುತ್ತೀರಾ?"

"ಖಂಡಿತ," ಅಂದರು ಪಾಲ್.

ಯುವಕ ಹೀಗೆ ಬರೆದುಕೊಂಡ:

ಒಂದು ನಿಮಿಷದ ಪ್ರಶಂಸೆ ಯಶಸ್ವಿಯಾಗುವುದು ಹೀಗೆ:

ಮೊದಲ ಅರ್ಧ ನಿಮಿಷ

- ತಕ್ಷಣವೇ ಸ್ಪಂದಿಸಿ : ಯಾರಾದರೂ ಒಳ್ಳೆಯ ಕೆಲಸ ಮಾಡಿದ ತಕ್ಷಣವೇ ಅವರನ್ನು ಪ್ರಶಂಸಿಸಿ.
- ನಿಖರವಾಗಿರಿ : ಅವರು ಏನನ್ನು ಸರಿಯಾಗಿ ಮಾಡಿದ್ದಾರೆ ಎಂಬುದನ್ನು ಸ್ಪಷ್ಟವಾಗಿ ವಿವರಿಸಿ.
- ಸಂತೋಷ ಹಂಚಿಕೊಳ್ಳಿ : ಆ ಕೆಲಸದಿಂದ ನಿಮಗಾದ ಖುಷಿಯನ್ನು ಮತ್ತು ಅದರಿಂದ ಸಂಸ್ಥೆಗೆ ಅಥವಾ ಕೆಲಸಕ್ಕೆ ಎಷ್ಟು ಲಾಭವಾಗಿದೆ ಎಂಬುದನ್ನು ಮುಕ್ತವಾಗಿ ತಿಳಿಸಿ.

ಮೌನ (ಒಂದು ವಿರಾಮ)

- ಕ್ಷಣಕಾಲ ಸುಮ್ಮನಿರಿ : ಅವರು ಮಾಡಿದ ಆ ಸಾಧನೆಯ ಸಾರ್ಥಕತೆ ಮತ್ತು ತೃಪ್ತಿ ಅವರ ಮನದಾಳಕ್ಕೆ ಪೂರ್ಣವಾಗಿ ಇಳಿಯಲು ಒಂದು ಸಣ್ಣ ಬಿಡುವು ನೀಡಿ.

ಎರಡನೇ ಅರ್ಧ ನಿಮಿಷ

- ಹುರಿದುಂಬಿಸಿ: ಇದೇ ರೀತಿಯ ಅತ್ಯುತ್ತಮ ಕೆಲಸವನ್ನು ಮುಂದುವರಿಸಲು ಅವರಿಗೆ ಸ್ಫೂರ್ತಿ ನೀಡಿ.
- ಭರವಸೆ ಮೂಡಿಸಿ: ಅವರ ಸಾಮರ್ಥ್ಯದ ಮೇಲೆ ನಿಮಗಿರುವ ಅಚಲವಾದ ನಂಬಿಕೆಯನ್ನು ವ್ಯಕ್ತಪಡಿಸಿ ಮತ್ತು ಅವರ ಯಶಸ್ಸಿನಲ್ಲಿ ನಿಮ್ಮ ಬೆಂಬಲ ಸದಾ ಇರುತ್ತದೆ ಎಂದು ಸ್ಪಷ್ಟಪಡಿಸಿ.

"ಹಾಗಾದ್ರೆ, ಒಂದು ನಿಮಿಷದ ಗುರಿ ಮತ್ತು ಪ್ರಶಂಸೆಗಳು ಮೊದಲ ಎರಡು ರಹಸ್ಯಗಳಾದ್ಮೇಲೆ, ಮೂರನೇ ರಹಸ್ಯ ಯಾವುದು ಅಂತ ನಾನು ತಿಳ್ಕೊಬಹುದಾ?" ಎಂದು ಯುವಕ ಕೇಳಿದ.

ಪಾಲ್ ಕುರ್ಚಿಯಿಂದ ಎದ್ದರು. "ಅದನ್ನ ನೀವು ಜಾನ್ ಲೆವಿ ಅವರನ್ನೇ ಕೇಳಿದ್ರೆ ಚೆಂದ. ಯಾಕಂದ್ರೆ ನೀವು ಮುಂದಕ್ಕೆ ಅವರನ್ನೇ ಭೇಟಿಯಾಗೋ ಪ್ಲಾನ್ ಮಾಡಿದ್ದೀರಾ ಅಂತ ನನಗೆ ತಿಳಿದಿದೆ."

"ಹೌದು, ನಿಮ್ಮ ಸಮಯ ಕೊಟ್ಟಿದ್ದಕ್ಕೆ ತುಂಬಾ ಧನ್ಯವಾದಗಳು."

"ಪರವಾಗಿಲ್ಲ ಬಿಡಿ. ಈಗಂತೂ ನನ್ನ ಹತ್ತಿರ ಸಮಯಕ್ಕೆ ಕೊರತೆಯಿಲ್ಲ. ನೋಡಿ, ನಾನೂ ಒಬ್ಬ 'ನ್ಯೂ ಒನ್ ಮಿನಿಟ್ ಮ್ಯಾನೇಜರ್' ಆಗ್ತಿದ್ದೀನಿ."

ಆ ಯುವಕ ಸುಮ್ಮನೆ ತಲೆದೂಗಿದ. ಈ ಸಂಸ್ಥೆಯಲ್ಲಿ ಅವನು ಈ ಮಾತು ಕೇಳುತ್ತಿರೋದು ಇದೇ ಮೊದಲೇನಲ್ಲ.

ಕಟ್ಟಡದಿಂದ ಹೊರಬಂದ ಅವನು, ತನಗೆ ತಿಳಿಯುತ್ತಿರುವ ಈ ಹೊಸ ಹೊಸ ವಿಷಯಗಳ ಬಗ್ಗೆ ಯೋಚಿಸುತ್ತಾ ಪಕ್ಕದಲ್ಲಿದ್ದ ಮರಗಳ ನಡುವೆ ಸ್ವಲ್ಪ ದೂರ ಅಡ್ಡಾಡಿದ.

ಈಗ ತಾನೇ ಕೇಳಿದ ವಿಷಯಗಳಲ್ಲಿದ್ದ ಸರಳತೆ ಮತ್ತು ಸಾಮಾನ್ಯ ಜ್ಞಾನ ಅವನಿಗೆ ಅಚ್ಚರಿ ಮೂಡಿಸಿತು. 'ಜನರು ಏನನ್ನಾದರೂ ಸರಿಯಾಗಿ ಮಾಡುವಾಗ ಅವರನ್ನು ಗುರುತಿಸಿ ಮೆಚ್ಚುವುದು ಎಷ್ಟು ಪರಿಣಾಮಕಾರಿ ಅಲ್ವಾ?' ಅಂತ ಯುವಕ ಯೋಚಿಸಿದ. 'ಪ್ರತಿಯೊಬ್ಬರೂ ಬಯಸುವುದೂ ಇದನ್ನೇ ಅಲ್ಲವೇ?'

ಆದರೆ, ಈ ಒಂದು ನಿಮಿಷದ ಪ್ರಶಂಸೆಗಳು ನಿಜಕ್ಕೂ ಕೆಲಸ ಮಾಡುತ್ತವೆಯೇ? ಎಂದು ಅವನು ಯೋಚಿಸತೊಡಗಿದ. 'ಈ ಒಂದು ನಿಮಿಷದ ಮ್ಯಾನೇಜ್‌ಮೆಂಟ್ ವಿಧಾನದಿಂದ ನಿಜವಾಗಿಯೂ ನಿರೀಕ್ಷಿತ ಫಲಿತಾಂಶ ಅಥವಾ ಲಾಭ ಸಿಗಲು ಸಾಧ್ಯವೇ?' ಎಂಬ ಅನುಮಾನ ಅವನಲ್ಲಿ ಮೂಡಿತು.

ಅವನು ನಡಿಗೆ ಮುಂದುವರಿಸಿದಂತೆಲ್ಲಾ, ಈ ವಿಧಾನದಿಂದ ಸಿಗುವ ಫಲಿತಾಂಶಗಳ ಬಗ್ಗೆ ಅವನಲ್ಲಿದ್ದ ಕುತೂಹಲ ಇಮ್ಮಡಿಯಾಯಿತು. ಹಾಗಾಗಿ ಅವನು ಮರಳಿ ಮ್ಯಾನೇಜರ್‌ನ ಸಹಾಯಕಿಯ ಹತ್ತಿರ ಹೋಗಿ, ಜಾನ್ ಲೆವಿ ಅವರ ಜೊತೆಗಿದ್ದ ಭೇಟಿಯನ್ನು ನಾಳೆ ಬೆಳಗ್ಗೆ ಮುಂದೂಡಲು ಸಾಧ್ಯವೇ ಎಂದು ವಿಚಾರಿಸಿದನು. ಜಾನ್ ಅವರ ಜೊತೆ ಮಾತನಾಡುವ ಮುನ್ನ, ಕಂಪನಿಯ ಎಲ್ಲಾ ವಿಭಾಗಗಳ ಬಗ್ಗೆ ಪೂರ್ಣ ಮಾಹಿತಿ ಇರುವ ವ್ಯಕ್ತಿಯನ್ನು ಭೇಟಿಯಾಗುವುದು ಒಳ್ಳೆಯದು ಎಂದು ಅವನು ವಿವರಿಸಿದನು.

ಫೋನ್‌ನಲ್ಲಿ ಮಾತನಾಡಿ ಕೆಳಗಿಟ್ಟ ಕೋರ್ಟ್ನಿ, "ನಾಳೆ ಬೆಳಗ್ಗೆ ಭೇಟಿಯಾಗಲು ಜಾನ್ ಒಪ್ಪಿದ್ದಾರೆ," ಎಂದಳು.

ನಂತರ ಅವಳು ಡೌನ್‌ಟೌನ್‌ಗೆ ಕರೆ ಮಾಡಿ ಯುವಕ ಬಯಸಿದಂತೆ ಹೊಸ ಅಪಾಯಿಂಟ್‌ಮೆಂಟ್ ನಿಗದಿಪಡಿಸಿದಳು. ಅವನು ಈಗ ಲಿಜ್ ಅಕ್ವಿನೋ ಎಂಬುವವರನ್ನು ಕಾಣಬೇಕಿತ್ತು. ಕೋರ್ಟ್ನಿ ಹೇಳಿದಳು, "ನೀವು ಹುಡುಕುತ್ತಿರುವ ಅಂಕಿ-ಅಂಶಗಳನ್ನು ನೀಡಲು ಅವರು ಖಂಡಿತಾ ಸಮರ್ಥರಿದ್ದಾರೆ ಎಂಬ ನಂಬಿಕೆ ನನಗಿದೆ."

ಅವಳಿಗೆ ಧನ್ಯವಾದ ಹೇಳಿದ ಯುವಕನಿಗೆ ಆಗ ಹಸಿವಿನ ಅರಿವಾಯಿತು. ಏನನ್ನಾದರೂ ತಿಂದು ಮುಂದಿನ ಭೇಟಿಗೆ ಸಿದ್ಧತೆ ಮಾಡಿಕೊಳ್ಳಲು ಅವನು ರಸ್ತೆಯ ಆ ಬದಿಗೆ ನಡೆದನು.

ದಿ ಅಪ್ರೈಸಲ್
ಕೆಲಸದ ಮೌಲ್ಯಮಾಪನ

ಊಟದ ನಂತರ ಯುವಕ ನಗರದ ಕೇಂದ್ರಭಾಗಕ್ಕೆ ಹೋಗಿ ಲಿಜ್ ಅಕ್ವಿನೋ ಅವರನ್ನು ಭೇಟಿಯಾದ. ಕುಶಲೋಪರಿ ಮಾತುಕತೆಯ ನಂತರ ಅವನು ನೇರವಾಗಿ ವಿಷಯಕ್ಕೆ ಬಂದ — "ನಿಮ್ಮ ಹತ್ತಿರವಿರುವ ಅಂಕಿಅಂಶಗಳ ಪ್ರಕಾರ, ಈ ಕಂಪನಿಯಲ್ಲಿ ಅತ್ಯುತ್ತಮವಾಗಿ ನಿರ್ವಹಿಸಲ್ಪಡುತ್ತಿರುವ ವಿಭಾಗ ಯಾವುದು?"

ಸ್ವಲ್ಪ ಹೊತ್ತಿನಲ್ಲೇ ಲಿಜ್ ಅಕ್ವಿನೋ ನಗುತ್ತಾ ಹೇಳಿದರು, "ನೀವು ಬಹಳ ದೂರ ಹುಡುಕಬೇಕಿಲ್ಲ, ಅದು ನಮ್ಮ 'ನ್ಯೂ ಒನ್ ಮಿನಿಟ್ ಮ್ಯಾನೇಜರ್' ಅವರದ್ದೇ. ಅವರ ವಿಭಾಗವೇ ಇಡೀ ಸಂಸ್ಥೆಯಲ್ಲಿ ಅತ್ಯಂತ ದಕ್ಷ ಮತ್ತು ಪರಿಣಾಮಕಾರಿಯಾದದ್ದು. ವರ್ಷಗಳಿಂದಲೂ ಅದು ಹಾಗೆಯೇ ಇದೆ. ಎಷ್ಟೇ ಬದಲಾವಣೆಗಳು ಬಂದರೂ ಅವರು ಅದಕ್ಕೆ ತಕ್ಕಂತೆ ಹೊಂದಿಕೊಳ್ಳುತ್ತಾರೆ. ಅವರು ಅದ್ಭುತ ಮನುಷ್ಯ ಅಲ್ವಾ?"

"ಅಸಾಮಾನ್ಯ ವ್ಯಕ್ತಿತ್ವ," ಎಂದ ಯುವಕ. "ಅವರ ಬಳಿ ಅತ್ಯುತ್ತಮ ಯಂತ್ರೋಪಕರಣಗಳು ಮತ್ತು ತಂತ್ರಜ್ಞಾನ ಇದೆಯೇ?"

"ಖಂಡಿತ ಇಲ್ಲ," ಎಂದರು ಲಿಜ್. "ಬದಲಾಗಿ, ಅವರ ಹತ್ತಿರ ಇರೋದು ಕಂಪನಿಯಲ್ಲೇ ಅತ್ಯಂತ ಹಳೆಯ ಯಂತ್ರಗಳು."

ಮ್ಯಾನೇಜರ್ ಅವರ ಶೈಲಿಯ ಬಗ್ಗೆ ಯುವಕನಿಗೆ ಇನ್ನೂ ಗೊಂದಲವಿತ್ತು. "ಸರಿ, ಅವರೇನೂ ಪರಿಪೂರ್ಣರಲ್ಲ ಬಿಡಿ. ಅವರ ವಿಭಾಗದಲ್ಲಿ ಕೆಲಸ ಬಿಟ್ಟು ಹೋಗುವವರು ಜಾಸ್ತಿ ಇದ್ದಾರೆಯೇ?"

ಲಿಜ್ ಯೋಚಿಸಿ ಹೇಳಿದರು, "ಹೌದು, ಅವರ ವಿಭಾಗದಿಂದ ಜನರು ಬೇರೆಡೆಗೆ ಹೋಗುತ್ತಾರೆ."

"ಆಹಾ!" ಯುವಕನಿಗೆ ಏನೋ ದೊಡ್ಡ ಸುಳಿವು ಸಿಕ್ಕಂತಾಯಿತು. ಅವನಿಗೆ ಅವರ ಯಶಸ್ಸಿನ ಹಿಂದಿರುವ ಯಾವುದೋ ಒಂದು ಕೊರತೆ ಪತ್ತೆಯಾದಂತೆ ಅನ್ನಿಸಿತು.

"ನ್ಯೂ ಒನ್ ಮಿನಿಟ್ ಮ್ಯಾನೇಜರ್ ಅವರ ವಿಭಾಗವನ್ನು ಬಿಟ್ಟ ಮೇಲೆ ಆ ಕೆಲಸಗಾರರು ಏನಾಗುತ್ತಾರೆ?" ಎಂದು ಯುವಕ ಕುತೂಹಲದಿಂದ ಕೇಳಿದ.

“ನಾವು ಸಾಮಾನ್ಯವಾಗಿ ಅವರಿಗೆ ಅವರದ್ದೇ ಆದ ಒಂದು ವಿಭಾಗದ ಜವಾಬ್ದಾರಿ ವಹಿಸುತ್ತೇವೆ,” ಎಂದು ಲಿಜ್ ಉತ್ತರಿಸಿದರು. “ಅವರು ನಮ್ಮ ಸಂಸ್ಥೆಯಲ್ಲಿ ಜನರನ್ನು ಬೆಳೆಸುವ ಅತ್ಯುತ್ತಮ ಗುರು. ನಮಗೆ ಯಾವಾಗಲಾದರೂ ಒಬ್ಬ ದಕ್ಷ ಮ್ಯಾನೇಜರ್ ಬೇಕು ಅನಿಸಿದಾಗ ನಾವು ಅವರಿಗೇ ಫೋನ್ ಮಾಡುತ್ತೇವೆ. ಅವರ ಹತ್ತಿರ ಅಂತಹ ಜವಾಬ್ದಾರಿ ವಹಿಸಿಕೊಳ್ಳಲು ಸಿದ್ಧರಿರುವ ಯಾರಾದರೊಬ್ಬರು ಯಾವಾಗಲೂ ಇದ್ದೇ ಇರುತ್ತಾರೆ.”

ಇದನ್ನು ಕೇಳಿ ಬೆರಗಾದ ಯುವಕ ಲಿಜ್ ಅವರಿಗೆ ಧನ್ಯವಾದ ಹೇಳಿದ. ಆದರೆ ಈ ಬಾರಿ ಅವನಿಗೆ ಸಿಕ್ಕ ಪ್ರತಿಕ್ರಿಯೆ ಸ್ವಲ್ಪ ವಿಭಿನ್ನವಾಗಿತ್ತು.

“ಇವತ್ತು ನಿಮ್ಮ ಜೊತೆ ಮಾತನಾಡಲು ಸಮಯ ಸಿಕ್ಕಿದ್ದು ನನ್ನ ಅದೃಷ್ಟ,” ಎಂದರು ಲಿಜ್. “ವಾರದ ಬಾಕಿ ದಿನಗಳೆಲ್ಲಾ ನನಗೆ ಕೆಲಸದ ವಿಪರೀತ ಒತ್ತಡವಿರುತ್ತದೆ. ಅವರು ಇದನ್ನೆಲ್ಲಾ ಹೇಗೆ ನಿಭಾಯಿಸುತ್ತಾರೆ ಅನ್ನೋದು ನನಗೂ ಆಶ್ಚರ್ಯ. ನಾನು ಅಲ್ಲಿಗೆ ಹೋಗಿ ಅವರನ್ನ ಕಾಣಬೇಕು ಅಂತ ಎಷ್ಟೋ ಸಮಯದಿಂದ ಅಂದುಕೊಳ್ತಿದ್ದೀನಿ, ಆದ್ರೆ ಸಮಯವೇ ಸಿಕ್ತಿಲ್ಲ.”

ನಗುತ್ತಾ ಆ ಯುವಕ ಹೇಳಿದ, “ಅವರು ತಮ್ಮ ರಹಸ್ಯಗಳನ್ನು ನನ್ನ ಜೊತೆ ಹಂಚಿಕೊಳ್ಳುತ್ತಿರುವಂತೆಯೇ, ನಾನೂ ಕೂಡ ಅವುಗಳನ್ನು ಪೂರ್ಣವಾಗಿ ತಿಳಿದುಕೊಂಡ ಮೇಲೆ ನಿಮಗೆ ಉಡುಗೊರೆಯಾಗಿ ನೀಡುತ್ತೇನೆ.”

“ಅದಕ್ಕಿಂತ ಬೆಲೆಬಾಳುವ ಉಡುಗೊರೆ ಇನ್ನೊಂದಿಲ್ಲ,” ಎಂದರು ಲಿಜ್ ನಗುತ್ತಾ. ತಮ್ಮ ಅಸ್ತವ್ಯಸ್ತವಾಗಿದ್ದ ಆಫೀಸನ್ನು ಒಮ್ಮೆ ನೋಡಿ ನಿಟ್ಟುಸಿರಿಡುತ್ತಾ, “ನನಗೀಗ ಯಾರಿಂದ ಯಾವ ಸಹಾಯ ಸಿಕ್ಕರೂ ಒಳಿತೇ,” ಅಂದರು.

ಅವನು ಲಿಜ್ ಅವರ ಕಚೇರಿಯಿಂದ ಹೊರಬಂದು, ಅಚ್ಚರಿಯಿಂದ ತಲೆ ಅಲ್ಲಾಡಿಸುತ್ತಾ ಕಟ್ಟಡದಿಂದ ಆಚೆ ನಡೆದ. ಆ ಮ್ಯಾನೇಜರ್ ಅವನಿಗೆ ನಿಜಕ್ಕೂ ಒಬ್ಬ ಮಾಂತ್ರಿಕನಂತೆ ಕಾಣುತ್ತಿದ್ದರು.

ಅಂದು ರಾತ್ರಿ ಯುವಕನಿಗೆ ಸರಿಯಾಗಿ ನಿದ್ರೆ ಬರಲಿಲ್ಲ. ಮರುದಿನ ಕಲಿಯಲಿರುವ ಆ ‘ಮೂರನೇ ರಹಸ್ಯ’ದ ಬಗ್ಗೆಯೇ ಯೋಚಿಸುತ್ತಾ ಅವನು ಕಾತರದಿಂದ ಹೊರಳಾಡುತ್ತಿದ್ದ.

ಮೂರನೆಯ ರಹಸ್ಯ
ಒಂದು ನಿಮಿಷದ ಮರುನಿರ್ದೇಶನ

ಮರುದಿನ ಬೆಳಗ್ಗೆ ಒಂಬತ್ತು ಗಂಟೆಗೆ ಸರಿಯಾಗಿ ಅವನು ಜಾನ್ ಲೆವಿ ಅವರ ಕಚೇರಿಗೆ ತಲುಪಿದ. ಅಲ್ಲಿಯೂ ಅವನಿಗೆ ವಾಡಿಕೆಯಂತೆ **"ಅವರು ಅಸಾಧಾರಣ ವ್ಯಕ್ತಿ ಅಲ್ವಾ?"** ಎಂಬ ಮಾತು ಎದುರಾಯಿತು. ಆದರೆ ಈಗ ಯುವಕನೂ ಅಷ್ಟೇ ಪ್ರಾಮಾಣಿಕವಾಗಿ "ಹೌದು, ಖಂಡಿತ!" ಎಂದು ಹೇಳುವ ಹಂತಕ್ಕೆ ಬಂದಿದ್ದ.

ಜಾನ್ ಮಾತು ಮುಂದುವರಿಸಿದರು, "ಅವರು ನಿಜಕ್ಕೂ ಅಚ್ಚರಿಯ ವ್ಯಕ್ತಿ. ಬಹಳ ವರ್ಷಗಳಿಂದ ಇಲ್ಲಿದ್ದರೂ, ಕಾಲದ ಓಟಕ್ಕೆ ಸರಿಯಾಗಿ ಹೆಜ್ಜೆ ಹಾಕುತ್ತಾ ಬಂದಿದ್ದಾರೆ. ಎಲ್ಲವನ್ನೂ ಹೊಸದಾಗಿ ಮತ್ತು ತಾಜಾವಾಗಿ ಇಡುತ್ತಾರೆ. ಕಾಲ ಕಳೆದಂತೆ ಅವರು ಹೆಚ್ಚು ಪರಿಪಕ್ವರಾಗಿದ್ದಾರೆ ಮತ್ತು ಮೊದಲಿಗಿಂತಲೂ ಚುರುಕಾಗಿದ್ದಾರೆ."

"ಒಂದು ಮುಖ್ಯವಾದ ವಿಷಯವೆಂದರೆ ನಾವು ಏನಾದರೂ ತಪ್ಪು ಮಾಡಿದಾಗ ಅವರು ನಮಗೆ ಪ್ರತಿಕ್ರಿಯಿಸುವ ರೀತಿ ಈಗ ಸಂಪೂರ್ಣವಾಗಿ ಬದಲಾಗಿದೆ. ಅದು ಬಹಳ ಗಮನಾರ್ಹವಾದದ್ದು."

"ನೀವು ತಪ್ಪು ಮಾಡಿದಾಗಲಾ?" ಯುವಕ ಅಚ್ಚರಿಯಿಂದ ಕೇಳಿದ. "ಇಲ್ಲಿನ ಮುಖ್ಯ ಮಂತ್ರ 'ಜನರು ಸರಿಯಾದದ್ದನ್ನು ಮಾಡುವಾಗ ಅವರನ್ನು ಪತ್ತೆಹಚ್ಚಿ' ಎಂಬುದೇ ಎಂದು ನಾನು ಭಾವಿಸಿದ್ದೆ."

"ಹೌದು, ಅದು ನಿಜ," ಎಂದ ಜಾನ್. "ಆದರೆ "

ಜಾನ್ ಮಾತು ಮುಂದುವರಿಸಿದರು, "ನೋಡಿ, ನಾನು ಇಲ್ಲಿ ಸಾಕಷ್ಟು ಸಮಯದಿಂದ ಕೆಲಸ ಮಾಡುತ್ತಿದ್ದೇನೆ, ಹಾಗಾಗಿ ಇಲ್ಲಿನ ಪ್ರತಿಯೊಂದು ವಿಷಯವೂ ನನಗೆ ಅಡಿಯಿಂದ ಮುಡಿಯವರೆಗೆ (inside and out) ಚೆನ್ನಾಗಿ ಗೊತ್ತು. ಇದರ ಫಲವಾಗಿ, ನಮ್ಮ ಮ್ಯಾನೇಜರ್ ನನ್ನ ಜೊತೆ 'ಒಂದು ನಿಮಿಷದ ಗುರಿ' ಅಥವಾ 'ಪ್ರಶಂಸೆ'ಗಾಗಿ ಅಷ್ಟಾಗಿ ಸಮಯ ಕಳೆಯುವ ಅಗತ್ಯ ಬೀಳುವುದಿಲ್ಲ. ನಿಜ ಹೇಳಬೇಕೆಂದರೆ, ನಾನು ಅವರನ್ನ ಭೇಟಿಯಾಗೋಕು ಮುಂಚೆಯೇ ನನ್ನ ಗುರಿಗಳನ್ನ ಬರೆದಿಟ್ಟುಕೊಂಡಿರುತ್ತೇನೆ. ಆಮೇಲೆ ನಾವಿಬ್ಬರೂ ಕುಳಿತು ಅವನ್ನ ಚರ್ಚಿಸುತ್ತೇವೆ ಅಷ್ಟೆ."

"ನೀವು ಪ್ರತಿಯೊಂದು ಗುರಿಯನ್ನ ಬೇರೆ ಬೇರೆ ಪುಟಗಳಲ್ಲಿ ಬರೆಯುತ್ತೀರಾ?" ಯುವಕ ಕೇಳಿದ.

"ಹೌದು. ಯಾವುದೂ ಒಂದು ಅಥವಾ ಎರಡು ಪ್ಯಾರಾಗ್ರಾಫ್‌ಗಿಂತ ಹೆಚ್ಚಿರಲ್ಲ. ಅಷ್ಟನ್ನ ಓದೋಕೆ ಕೇವಲ ಒಂದು ನಿಮಿಷ ಸಾಕು."

"ನನಗೆ ನನ್ನ ಕೆಲಸ ಅಂದ್ರೆ ಪ್ರೀತಿ, ಅದರಲ್ಲಿ ನಾನು ಸಮರ್ಥನೂ ಹೌದು. ನಾನೇ ನನ್ನನ್ನ ಹೊಗಳಿಕೊಳ್ಳೋದನ್ನ ಕಲ್ತಿದ್ದೀನಿ. ಒಂದು ಮಾತಿದೆ ನೋಡಿ ನಮಗಾಗಿ ನಾವಿಲ್ಲದಿದ್ರೆ ಮತ್ಯಾರು ಇರ್ತಾರೆ? ಅಲ್ಲದೇ ನಾನು ಬೇರೆಯವರಿಗಾಗಿ ಕೂಡ ಇರುತ್ತೇನೆ."

"ಹಾಗಾದ್ರೆ ಮ್ಯಾನೇಜರ್ ನಿಮ್ಮನ್ನ ಹೊಗಳೋದೇ ಇಲ್ವಾ?"

"ಅಪರೂಪಕ್ಕೆ. ಆದ್ರೆ ಅದರ ಅಗತ್ಯ ಅಷ್ಟಾಗಿ ಬೀಳೋದಿಲ್ಲ, ಯಾಕಂದ್ರೆ ಅವರಿಗಿಂತ ಮುಂಚೆಯೇ ನಾನೇ ನನ್ನ ಕೆಲಸವನ್ನ ಗುರುತಿಸಿಕೊಂಡಿರುತ್ತೇನೆ. ಕೆಲವೊಮ್ಮೆ ನಾನೇನಾದ್ರೂ ತುಂಬಾ ಒಳ್ಳೆ ಕೆಲಸ ಮಾಡಿದಾಗ, ಅವರ ಹತ್ತಿರ ಹೋಗಿ 'ನನ್ನನ್ನ ಸ್ವಲ್ಪ ಹೊಗಳಿ' ಅಂತ ಕೇಳೋದು ಉಂಟು!"

"ಹಾಗೆ ಕೇಳೋಕೆ ನಿಮಗೆ ಅಷ್ಟು ಧೈರ್ಯ ಎಲ್ಲಿಂದ ಬರುತ್ತೆ?" ಯುವಕ ಅಚ್ಚರಿಯಿಂದ ಕೇಳಿದ.

"ಇದೊಂತರ ಪಂದ್ಯ (bet) ಕಟ್ಟಿದ ಹಾಗೆ. ಇಲ್ಲಿ ಗೆದ್ದರೆ ಲಾಭ, ಇಲ್ಲದಿದ್ದರೆ ನಷ್ಟವೇನೂ ಇಲ್ಲ. ಅವರು ನನ್ನನ್ನ ಹೊಗಳಿದ್ರೆ ನನಗೆ ಗೆಲುವು. ಒಂದು ವೇಳೆ ಅವರು ಹೊಗಳದೇ ಇದ್ರೆ ನಾನೇನೂ ಕಳೆದುಕೊಳ್ಳೋದಿಲ್ಲ. ಯಾಕಂದ್ರೆ ನಾನು ಕೇಳೋದಕ್ಕಿಂತ ಮುಂಚೆಯೂ ಆ ಹೊಗಳಿಕೆ ನನ್ನ ಹತ್ತಿರ ಇರಲಿಲ್ಲವಲ್ಲ!"

ಯುವಕ ನಕ್ಕ. "ಈ ಆಲೋಚನೆ ಚೆನ್ನಾಗಿದೆ."

"ಆದ್ರೆ, ಏನಾದ್ರೂ ತಪ್ಪು ನಡೆದಾಗ ಏನಾಗುತ್ತೆ?" ಎಂದು ಯುವಕ ತನ್ನ ಅಸಲಿ ಕುತೂಹಲ ವ್ಯಕ್ತಪಡಿಸಿದ.

"ನೋಡಿ, ತಪ್ಪುಗಳು ನಡೆಯುವುದು ಸಹಜ. ನಾನಾಗಲಿ ಅಥವಾ ನನ್ನ ತಂಡದವರಾಗಲಿ ಏನಾದರೂ ದೊಡ್ಡ ತಪ್ಪು ಮಾಡಿದಾಗ, ನಮಗೆ 'ಒಂದು ನಿಮಿಷದ ಮರುನಿರ್ದೇಶನ' (One Minute Re-Direct) ಸಿಗುತ್ತದೆ."

"ಅದೇನು?" ಯುವಕ ಕೇಳಿದ.

"ಅದು ನಮ್ಮ ಆ ಮೂರನೇ ರಹಸ್ಯದ ಹೊಸ ರೂಪ. ತಪ್ಪುಗಳು ನಡೆದಾಗ ಅವನ್ನು ಸರಿಪಡಿಸುವ ದಾರಿ ತೋರಿಸದಿದ್ದರೆ ಬರೀ ಪ್ರಶಂಸೆಯಿಂದ ಏನೂ ಪ್ರಯೋಜನವಿಲ್ಲ. ನನ್ನ ತಪ್ಪುಗಳನ್ನು ಯಾರಾದರೂ ಎತ್ತಿ ತೋರಿಸುವುದು ನನಗೇನು ಅಷ್ಟೊಂದು ಇಷ್ಟವಾಗುವುದಿಲ್ಲ ನಿಜ, ಆದರೆ ಈ ಮರುನಿರ್ದೇಶನ ನನ್ನನ್ನು ಮರಳಿ

ಹಳಿಗೆ ತರುತ್ತದೆ. ಅದರಿಂದ ನನಗೂ ಒಳ್ಳೆಯದಾಗುತ್ತದೆ, ಸಂಸ್ಥೆಯೂ ಬೆಳೆಯುತ್ತದೆ."

"ಹಿಂದೆ ನಮ್ಮಲ್ಲಿ ಮೇಲಿನ ಅಧಿಕಾರಿಗಳು ಹೇಳಿದ್ದೇ ವೇದವಾಕ್ಯ ಎನ್ನುವಂತಿದ್ದಾಗ, ಈ ಮೂರನೇ ರಹಸ್ಯವನ್ನು 'ಒಂದು ನಿಮಿಷದ ಗದರಿಕೆ' (One Minute Reprimand) ಎನ್ನಲಾಗುತ್ತಿತ್ತು. ಆ ಕಾಲಕ್ಕೆ ಅದು ಚೆನ್ನಾಗಿಯೇ ಕೆಲಸ ಮಾಡುತ್ತಿತ್ತು. ಆದರೆ ಕಾಲ ಬದಲಾದಂತೆ ಮ್ಯಾನೇಜರ್ ಅದನ್ನೂ ಬದಲಿಸಿಕೊಂಡರು."

"ಬದಲಿಸಿಕೊಂಡರೇ?"

"ಹೌದು. ಇವತ್ತಿನ ದಿನಗಳಲ್ಲಿ ನಾವು ಕಡಿಮೆ ಸಂಪನ್ಮೂಲಗಳನ್ನು ಇಟ್ಟುಕೊಂಡು ಹೆಚ್ಚು ಕೆಲಸಗಳನ್ನು ಅತಿ ಬೇಗ ಮುಗಿಸಬೇಕಿದೆ. ಅದರ ಜೊತೆಗೆ ಜನರು ತಮ್ಮ ಕೆಲಸದಲ್ಲಿ ಒಂದು ಸಾರ್ಥಕತೆಯನ್ನು ಬಯಸುತ್ತಾರೆ. ಈಗ ಎಲ್ಲವೂ ವೇಗವಾಗಿ ಬದಲಾಗುತ್ತಿರುವುದರಿಂದ ನಾವೆಲ್ಲರೂ ಸದಾ ಕಲಿಯುವ ಹಂಬಲ ಹೊಂದಿರಬೇಕು. ನಾನು ಒಂದು ವಿಷಯದಲ್ಲಿ ಎಷ್ಟೇ ದೊಡ್ಡ ಪಂಡಿತನಾಗಿದ್ದರೂ, ಮರುದಿನವೇ ಆ ಕ್ಷೇತ್ರದ ಅಗತ್ಯವೇ ಇಲ್ಲದಂತಾಗಬಹುದು. ನಾನು ಎಲ್ಲಿ ಬದಲಾಗಬೇಕು ಎಂಬುದನ್ನು ಈ 'ಮರುನಿರ್ದೇಶನ' ನನಗೆ ಮನವರಿಕೆ ಮಾಡಿಕೊಡುತ್ತದೆ."

"ಅದು ಹೇಗೆ ಕೆಲಸ ಮಾಡುತ್ತದೆ?" ಎಂದು ಯುವಕ ಕೇಳಿದ.

"ಇದು ಬಹಳ ಸರಳ," ಎಂದರು ಜಾನ್.

"ನೀವು ಹೀಗೆಯೇ ಹೇಳುತ್ತೀರಿ ಎಂದು ನನಗನ್ನಿಸಿತ್ತು," ಎಂದ ಯುವಕ.

ಜಾನ್ ನಗುತ್ತಾ ಮುಂದುವರಿಸಿದರು, "ನಾನೇನಾದರೂ ತಪ್ಪು ಮಾಡಿದರೆ, ನನ್ನ ಮ್ಯಾನೇಜರ್ ತಕ್ಷಣವೇ ಸ್ಪಂದಿಸುತ್ತಾರೆ."

"ಅವರು ಏನು ಮಾಡುತ್ತಾರೆ?"

"ಮೊದಲಿಗೆ, ನಾವು ನಿಗದಿಪಡಿಸಿದ ಗುರಿ ಸ್ಪಷ್ಟವಾಗಿದೆಯೇ ಎಂದು ಅವರು ಖಚಿತಪಡಿಸಿಕೊಳ್ಳುತ್ತಾರೆ. ಒಂದು ವೇಳೆ ಅದು ಸ್ಪಷ್ಟವಾಗಿಲ್ಲದಿದ್ದರೆ, ಅದರ ಜವಾಬ್ದಾರಿಯನ್ನು ಅವರೇ ಹೊತ್ತುಕೊಂಡು ಗುರಿಯನ್ನು ಮರು ವಿವರಿಸುತ್ತಾರೆ."

"ನಂತರ ಅವರು ನನಗೆ ಎರಡು ಹಂತಗಳಲ್ಲಿ 'ಒಂದು ನಿಮಿಷದ ಮರುನಿರ್ದೇಶನ' ನೀಡುತ್ತಾರೆ. ಮೊದಲ ಭಾಗದಲ್ಲಿ ಅವರು ನನ್ನ ತಪ್ಪಿನ ಬಗ್ಗೆ ಮಾತನಾಡಿದರೆ, ಎರಡನೇ ಭಾಗದಲ್ಲಿ ನನ್ನ ಬಗ್ಗೆ ಮಾತನಾಡುತ್ತಾರೆ."

"ಅವರು ಇದನ್ನು ಯಾವಾಗ ಮಾಡುತ್ತಾರೆ?"

"ತಪ್ಪು ನಡೆದಿದೆ ಎಂದು ಅವರಿಗೆ ತಿಳಿದ ತಕ್ಷಣವೇ. ಅವರು ನನ್ನ ಜೊತೆ ವಾಸ್ತವಾಂಶಗಳನ್ನು ಖಚಿತಪಡಿಸಿಕೊಂಡು ಎಲ್ಲಿ ಎಡವಿದ್ದೇವೆ ಎಂದು ಪರಿಶೀಲಿಸುತ್ತಾರೆ. ಅವರು ಬಹಳ ನಿಖರವಾಗಿರುತ್ತಾರೆ."

"ನಂತರ ಆ ತಪ್ಪಿನ ಬಗ್ಗೆ ಅವರಿಗೆ ಏನನ್ನಿಸುತ್ತಿದೆ ಮತ್ತು ಅದರಿಂದ ಒಟ್ಟಾರೆ ಫಲಿತಾಂಶದ ಮೇಲೆ ಉಂಟಾಗಬಹುದಾದ ಪರಿಣಾಮದ ಬಗ್ಗೆ ತಿಳಿಸುತ್ತಾರೆ. ಕೆಲವು ಬಾರಿ ಅವರ ಮಾತುಗಳು ನೇರ ಮತ್ತು ಕಟ್ಟುನಿಟ್ಟಾಗಿರುತ್ತವೆ."

"ತಮ್ಮ ಅನಿಸಿಕೆ ಹಂಚಿಕೊಂಡ ಮೇಲೆ, ಅದು ನನ್ನ ಮನಸ್ಸಿನಲ್ಲಿ ಪೂರ್ಣವಾಗಿ ಇಳಿಯಲಿ ಎಂದು ಕೆಲವು ಸೆಕೆಂಡುಗಳ ಕಾಲ ಮೌನವಾಗಿರುತ್ತಾರೆ. ಆ ಮೌನ ವಿರಾಮ ಅಚ್ಚರಿಯೆನ್ನುವಷ್ಟು ಮಹತ್ವದ್ದಾಗಿರುತ್ತದೆ."

"ಯಾಕೆ?" ಎಂದು ಯುವಕ ಕೇಳಿದ.

"ಯಾಕೆಂದರೆ ಆ ನಿಶ್ಯಬ್ದದ ಕ್ಷಣ ನನ್ನ ತಪ್ಪಿನ ತೀವ್ರತೆಯನ್ನು ಗ್ರಹಿಸಲು ಮತ್ತು ಅದರಿಂದ ನನಗೂ ಹಾಗೂ ಈ ಸಂಸ್ಥೆಗೂ ಆಗಬಹುದಾದ ಪರಿಣಾಮಗಳ ಬಗ್ಗೆ ಯೋಚಿಸಲು ನನಗೆ ಸಮಯ ನೀಡುತ್ತದೆ."

"ಅವರು ಎಷ್ಟು ಹೊತ್ತು ಮೌನವಾಗಿರುತ್ತಾರೆ?" ಎಂದು ಯುವಕ ಕೇಳಿದ.

"ಕೇವಲ ಕೆಲವು ಕ್ಷಣಗಳಷ್ಟೆ. ಆದರೆ ತಪ್ಪು ಮಾಡಿ ಎದುರು ನಿಂತಾಗ ಆ ಕೆಲವು ಕ್ಷಣಗಳೂ ಬಹಳ ದೀರ್ಘವಾಗಿ ಅನಿಸುತ್ತವೆ."

ಜಾನ್ ಮುಂದುವರಿಸಿದರು. "ಮರುನಿರ್ದೇಶನದ ಎರಡನೇ ಹಂತದಲ್ಲಿ, ಅವರು ಈ ತಪ್ಪಿಗಿಂತ ನಾನು ಮಿಗಿಲಾದವನು ಎಂಬ ಸತ್ಯವನ್ನು ನನಗೆ ನೆನಪಿಸುತ್ತಾರೆ. ನನ್ನ ಮೇಲೆ ಅವರಿಗಿರುವ ನಂಬಿಕೆ ಮತ್ತು ವಿಶ್ವಾಸ ಅಚಲ ಎಂಬ ಭರವಸೆ ನೀಡುತ್ತಾರೆ. ಈ ತಪ್ಪು ಮತ್ತೆ ಮರುಕಳಿಸುವುದಿಲ್ಲ ಎಂಬ ಭರವಸೆಯೊಂದಿಗೆ, ನನ್ನ ಜೊತೆ ಮುಂದೆ ಕೆಲಸ ಮಾಡಲು ಉತ್ಸುಕರಾಗಿದ್ದಾರೆ ಎನ್ನುತ್ತಾರೆ."

"ಅಂದರೆ, ಈ ಮರುನಿರ್ದೇಶನವು ನೀವು ಮಾಡಿದ ಕೆಲಸದ ಬಗ್ಗೆ ಮತ್ತೊಮ್ಮೆ ಗಂಭೀರವಾಗಿ ಯೋಚಿಸುವಂತೆ ಮಾಡುತ್ತದೆ ಎಂದಾಯಿತಲ್ಲವೇ?"

ಜಾನ್ ತಲೆದೂಗುತ್ತಾ ಹೇಳಿದರು, "ಹೌದು, ಖಂಡಿತ."

"ಹಾಗಾದರೆ ಈ 'ಒಂದು ನಿಮಿಷದ ಮರುನಿರ್ದೇಶನ'ದ ಮುಖ್ಯ ಹಂತಗಳನ್ನು ನನಗೆ ಇನ್ನಷ್ಟು ವಿವರಿಸಬಲ್ಲಿರಾ?" ಎಂದು ಯುವಕ ಕೇಳಿದ.

"ಖಂಡಿತ. ಎಲ್ಲಿ ತಪ್ಪಾಗಿದೆ ಅನ್ನೋದನ್ನ ಅವರು ಬಹಳ ನಿಖರವಾಗಿ ಹೇಳ್ತಾರೆ. ಇದರಿಂದ ಅವರಿಗೆ ವಿಷಯದ ಮೇಲೆ ಎಷ್ಟು ಹಿಡಿತ ಇದೆ ಅನ್ನೋದು ನಮಗೆ ಅರ್ಥವಾಗುತ್ತೆ. ನಾನು ಅಥವಾ ನನ್ನ ತಂಡ ಕಳಪೆ ಇಲ್ಲವೇ ಸಾಧಾರಣ ಕೆಲಸಕ್ಕೆ ಹೆಸರಾಗೋದು ಅವರಿಗೆ ಕಿಂಚಿತ್ತೂ ಇಷ್ಟವಿಲ್ಲ ಅನ್ನೋದೂ ನಮಗೆ ಸ್ಪಷ್ಟವಾಗುತ್ತೆ.

ಈ ಮರುನಿರ್ದೇಶನದ ಕೊನೆಯಲ್ಲಿ ಅವರು ನನ್ನನ್ನು ಮತ್ತು ನನ್ನ ತಂಡವನ್ನು ಎಷ್ಟು ಗೌರವಿಸುತ್ತಾರೆ ಅನ್ನೋದನ್ನ ಮಗದೊಮ್ಮೆ ನೆನಪಿಸುತ್ತಾರೆ. ಹಾಗಾಗಿ ಆ ಮಾತನ್ನ ನಕಾರಾತ್ಮಕವಾಗಿ ತಗೊಳೋಕೆ ಅಥವಾ ನನ್ನನ್ನು ನಾನು

ಅತಿಯಾಗಿ ಸಮರ್ಥಿಸಿಕೊಳ್ಳುವ (defensive) ಅನಿವಾರ್ಯತೆ ಇರೋದಿಲ್ಲ. ತಪ್ಪನ್ನ ಬೇರೆಯವರ ಮೇಲೆ ಹಾಕಿ ಕೈತೊಳೆದುಕೊಳ್ಳುವ ಹಪಾಹಪಿಯೂ ನನಗಿರುವುದಿಲ್ಲ.

ಒಂದು ವೇಳೆ ಗುರಿ ಸರಿಯಾಗಿ ಅರ್ಥವಾಗಿಲ್ಲದಿದ್ದರೆ ಅದರ ಹೊಣೆಯನ್ನು ಅವರೇ ಹೊರುತ್ತಾರೆ ಎಂಬುದು ನಮಗೆ ಗೊತ್ತಿರುತ್ತದೆ. ಇದರಿಂದ ಅವರು ಎಷ್ಟು ನ್ಯಾಯವಂತರು ಅನ್ನೋದು ತಿಳಿಯುತ್ತೆ.

ಈ 'ಮರುನಿರ್ದೇಶನ' ಕೇವಲ ಒಂದು ನಿಮಿಷದಲ್ಲಿ ಮುಗಿದುಹೋಗುತ್ತೆ. ಒಮ್ಮೆ ಮುಗಿದ ಮೇಲೆ ಆ ವಿಷಯ ಅಲ್ಲಿಗೇ ಮುಕ್ತಾಯ. ಆದ್ರೆ ಅದು ನಮ್ಮ ಮನಸ್ಸಿನಲ್ಲಿ ಅಚ್ಚೊತ್ತಿ ಉಳಿಯುತ್ತೆ. ಕೊನೆಯಲ್ಲಿ ಅವರು ನಮಗೆ ಬೆಂಬಲ ನೀಡಿ ಪ್ರೋತ್ಸಾಹಿಸೋದ್ರಿಂದ, ನಾವು ಮರಳಿ ಅಷ್ಟೇ ಹುರುಪಿನಿಂದ ಕೆಲಸದ ಹಳಿಗೆ ಮರಳುತ್ತೇವೆ."

"ನೀವ್ ಹೇಳ್ತಿರೋದು ನನಗೀಗ ಅರ್ಥ ಆಗ್ತಿದೆ," ಆ ಯುವಕ ಅಂದ. "ನಾನು ಅವರಿಗೆ..."

ಜಾನ್ ಮಧ್ಯದಲ್ಲೇ ಮಾತು ಕಸಿದುಕೊಂಡು ಹೇಳಿದ್ರು, "ನೀವು ಅವರ ಹತ್ತಿರ ನಿಮಗಾಗಿ ಒಂದು ನಿರ್ಧಾರ ತಗೊಳ್ಳಿ ಅಂತ ಕೇಳಿಲ್ಲ ಅಂದುಕೊಳ್ತೀನಿ."

ಯುವಕ ಸಂಕೋಚದಿಂದಲೇ ಒಪ್ಪಿಕೊಂಡ, "ಹೌದು, ಕೇಳಿದ್ದೆ."

ಜಾನ್ ಮೆಲ್ಲಗೆ ನಗುತ್ತಾ ಹೇಳಿದ್ರು, "ಹಾಗಾದ್ರೆ 'ಒಂದು ನಿಮಿಷದ ಮರುನಿರ್ದೇಶನ' ಅಂದ್ರೆ ಹೇಗಿರುತ್ತೆ ಅಂತ ನಿಮಗೆ ಸ್ವಲ್ಪ ಅನುಭವವಾಗಿದೆ ಅಂತಾಯ್ತು. ಆದ್ರೆ ನಿಮಗೆ ಸಿಕ್ಕಿದ್ದು ಬಹಳ ಸೌಮ್ಯವಾದದ್ದು ಅನ್ಸುತ್ತೆ."

"ಇಲ್ಲಿನ ಕೆಲಸದ ಸಂಸ್ಕೃತಿಗೆ ಹೊಸಬರಾಗಿ ಬಂದವರಿಗೆ ಮರುನಿರ್ದೇಶನ ನೀಡುವಾಗ ಅದು ಮೃದುವಾಗಿರಬೇಕು ಅಂತ ನಾವು ಗಮನಿಸ್ತೀವಿ. ಅವರಲ್ಲಿ ನಿರುತ್ಸಾಹ ಮೂಡಬಾರದು ಅನ್ನೋದೇ ನಮ್ಮ ಉದ್ದೇಶ. ಜನರ ಆತ್ಮವಿಶ್ವಾಸವನ್ನ ಬೆಳೆಸಿದ್ರೆ ಮಾತ್ರ ಸಂಸ್ಥೆಯಲ್ಲಿ ಒಳ್ಳೆ ಫಲಿತಾಂಶ ಪಡೆಯೋಕೆ ಸಾಧ್ಯ."

"ಅದು ಸೌಮ್ಯವಾಗೇ ಇದ್ದಿರಬಹುದು," ಯುವಕ ಹೇಳಿದ. "ಆದ್ರೆ ಇನ್ನೊಂದು ಸಲಿ ನನ್ನ ಪರವಾಗಿ ನಿರ್ಧಾರ ತಗೊಳ್ಳಿ ಅಂತ ನಾನು ಅವರನ್ನ ಖಂಡಿತ ಕೇಳಲ್ಲ."

ನಂತರ ಅವನು ಕೇಳಿದ, "ಅವರು ಯಾವತ್ತಾದ್ರೂ ತಪ್ಪು ಮಾಡ್ತಾರಾ? ನೋಡಿದ್ರೆ ಎಲ್ಲದರಲ್ಲೂ ತುಂಬಾ ಪರಿಪೂರ್ಣರಾಗಿರೋ ತರಹ ಕಾಣಿಸ್ತಾರಲ್ಲ."

ಜಾನ್ ನಕ್ಕು ಹೇಳಿದ್ರು, "ಖಂಡಿತ ತಪ್ಪು ಮಾಡ್ತಾರೆ. ಅವರೂ ಮನುಷ್ಯ ತಾನೇ? ಆದ್ರೆ ತಮ್ಮ ತಪ್ಪನ್ನ ಮೊದಲು ಒಪ್ಪಿಕೊಳ್ಳೋರೇ ಅವರು."

"ಅಷ್ಟೇ ಯಾಕೆ, ಅವರದ್ದೇನಾದ್ರೂ ತಪ್ಪಾಗಿದೆ ಅಂತ ನಮಗೆ ಅನ್ನಿಸಿದ್ರೆ ಅದನ್ನ ಮುಕ್ತವಾಗಿ ಹೇಳಿ ಅಂತ ನಮಗೆ ಪ್ರೋತ್ಸಾಹ ಕೊಡ್ತಾರೆ. ಇಂತಹ ಸಂದರ್ಭಗಳು

ಅಪರೂಪ ಅನ್ಕೊಳ್ಳಿ, ಆದ್ರೆ ಇದರಿಂದ ಮುಂದಿನ ದಿನಗಳಲ್ಲಿ ಆಗೋ ದೊಡ್ಡ ತಪ್ಪುಗಳನ್ನ ತಡೆಯೋಕೆ ಸಹಾಯ ಆಗುತ್ತೆ ಅಂತ ಅವರು ಹೇಳ್ತಾರೆ. ನಾವು ಅವರ ಜೊತೆ ಕೆಲಸ ಮಾಡೋಕೆ ಇಷ್ಟಪಡೋ ಎಷ್ಟೋ ಕಾರಣಗಳಲ್ಲಿ ಇದೂ ಒಂದು."

"ಅವರು ಕೆಲವೊಮ್ಮೆ ಸ್ವಲ್ಪ ಗಡುಸಾಗಿ ಕಂಡರೂ, ಅವರಲ್ಲಿರುವ ಚುರುಕಾದ ಹಾಸ್ಯಪ್ರಜ್ಞೆ ಎಲ್ಲವನ್ನೂ ಸುಗಮಗೊಳಿಸುತ್ತದೆ.

ಉದಾಹರಣೆಗೆ, ನನ್ನ ತಪ್ಪನ್ನು ಪತ್ತೆಹಚ್ಚುವುದರಲ್ಲಿ ಅವರು ನಿಸ್ಸೀಮರು. ಆದರೆ ಕೆಲವೊಮ್ಮೆ ಆ 'ಮರುನಿರ್ದೇಶನ'ದ ಎರಡನೇ ಹಂತವನ್ನು, ಅಂದರೆ ನನ್ನ ಬಗ್ಗೆ ಅವರಿಗಿರುವ ವಿಶ್ವಾಸದ ಬಗ್ಗೆ ಹೇಳುವುದನ್ನೇ ಮರೆತುಬಿಡುತ್ತಾರೆ."

"ಅಂದರೆ ಒಬ್ಬ ವ್ಯಕ್ತಿಯಾಗಿ ನಿಮ್ಮ ಬಗ್ಗೆ ಅವರಿಗಿರುವ ಒಳ್ಳೆಯ ಅಭಿಪ್ರಾಯವನ್ನು ಹೇಳುವ ಭಾಗವನ್ನೇ?" ಯುವಕ ಕೇಳಿದ.

"ಹೌದು. ಅವರು ಹಾಗೆ ಮರೆತಾಗ, ನಾನು ಅದನ್ನು ಅವರಿಗೆ ನೆನಪಿಸುತ್ತೇನೆ ಮತ್ತು ಅದರ ಬಗ್ಗೆ ಸ್ವಲ್ಪ ತಮಾಷೆಯನ್ನೂ ಮಾಡುತ್ತೇನೆ."

"ನೀವು ನಿಜವಾಗಿಯೂ ಹಾಗೆ ಮಾಡುತ್ತೀರಾ?"

"ನೋಡಿ, ಮೊದಲಿಗೆ ನಾನೆಲ್ಲಿ ತಪ್ಪು ಮಾಡಿದೆ ಮತ್ತು ಎಲ್ಲಿ ಬದಲಾಗಬೇಕು ಎಂದು ಅರ್ಥಮಾಡಿಕೊಳ್ಳಲು ಸ್ವಲ್ಪ ಸಮಯ ತೆಗೆದುಳ್ಳುತ್ತೇನೆ. ಮೊನ್ನೆಯಷ್ಟೇ ನಾನು ಅವರಿಗೆ ಫೋನ್ ಮಾಡಿ, ನನ್ನ ತಪ್ಪು ನನಗೆ ಅರ್ಥವಾಗಿದೆ ಮತ್ತು ಇನ್ನೊಮ್ಮೆ ಅದು ಮರುಕಳಿಸುವುದಿಲ್ಲ ಎಂದು ಹೇಳಿದೆ. ಆಮೇಲೆ ನಗುತ್ತಾ, 'ಸಾರ್, ನೀವು ಮರುನಿರ್ದೇಶನದ ಆ ಭರವಸೆ ನೀಡುವ ಭಾಗವನ್ನು ಹೇಳುವುದನ್ನೇ ಮರೆತಿದ್ದೀರಿ, ಅಷ್ಟನ್ನು ಹೇಳಿಬಿಟ್ಟರೆ ನನಗೂ ಸ್ವಲ್ಪ ಸಮಾಧಾನವಾಗುತ್ತೆ' ಅಂದೆ."

"ಆಗ ಅವರು ಏನು ಮಾಡಿದರು?"

"ಅವರು ಮನಸಾರೆ ನಕ್ಕರು, ಆಮೇಲೆ ಕ್ಷಮೆ ಕೇಳಿ, 'ನಿಮ್ಮ ಮೇಲೆ ನನಗಿನ್ನೂ ಅಚಲವಾದ ನಂಬಿಕೆ ಮತ್ತು ವಿಶ್ವಾಸ ಇದೆ ಅನ್ನೋದನ್ನೇ ನಾನು ಹೇಳಬೇಕಿತ್ತು' ಅಂದರು. ಫೋನ್ ಇಟ್ಟ ಮೇಲೆ ನನಗೂ ನಿಜಕ್ಕೂ ನಿರಾಳವಾಯಿತು."

"ಇದು ನನಗೆ ಆಶ್ಚರ್ಯ ಉಂಟುಮಾಡುತ್ತಿದೆ," ಯುವಕ ಅಂದ.

"ಹೌದು, ಅವರ ಈ ಹಾಸ್ಯಪ್ರಜ್ಞೆ ಅವರಿಗೂ ಮತ್ತು ಸುತ್ತಮುತ್ತಲಿನ ಎಲ್ಲರಿಗೂ ತುಂಬಾ ಸಹಕಾರಿ. ತಪ್ಪು ಮಾಡಿದಾಗ ಕುಸಿದು ಹೋಗುವ ಬದಲು, ನಮ್ಮನ್ನು ನೋಡಿ ನಾವೇ ನಗುವುದನ್ನು ಮತ್ತು ಆ ತಪ್ಪಿನಿಂದ ಪಾಠ ಕಲಿತು ಇನ್ನು ಹೆಚ್ಚಿನ ಉತ್ಸಾಹದಿಂದ ಕೆಲಸ ಮಾಡುವುದನ್ನು ಅವರು ನಮಗೆ ಕಲಿಸಿದ್ದಾರೆ."

"ವಾವ್! ನೀವು ಇದನ್ನೆಲ್ಲಾ ಮಾಡುವುದನ್ನು ಹೇಗೆ ಕಲಿತರಿ?" ಎಂದು ಯುವಕ ಬೆರಗಿನಿಂದ ಕೇಳಿದ.

"ಅವರು ಕೆಲಸ ಮಾಡುವ ರೀತಿಯನ್ನು ಗಮನಿಸುವ ಮೂಲಕ."

ಅಂತಹ ಒಬ್ಬ ವ್ಯವಸ್ಥಾಪಕ (Manager) ಎಷ್ಟು ಮೌಲ್ಯಯುತವಾಗಿರಬಲ್ಲ ಎಂಬುದು ಆ ಯುವಕನಿಗೆ ಅರಿವಾಗತೊಡಗಿತು.

"ಈ 'ಒಂದು ನಿಮಿಷದ' ನಾಯಕತ್ವ ಮತ್ತು ನಿರ್ವಹಣಾ ವ್ಯವಸ್ಥೆಯಲ್ಲಿ ಮೂರನೇ ರಹಸ್ಯವೂ ಒಂದು ನಿರ್ದಿಷ್ಟ ಮಾದರಿಯನ್ನು ಅನುಸರಿಸುವುದನ್ನು ನಾನು ಗಮನಿಸುತ್ತಿದ್ದೇನೆ. ಗುರಿಗಳು (Goals) ಯಾವುದರ ಮೇಲೆ ಹೆಚ್ಚು ಗಮನ ಹರಿಸಬೇಕು ಎಂಬುದನ್ನು ಸ್ಪಷ್ಟಪಡಿಸುತ್ತವೆ, ಮೆಚ್ಚುಗೆಗಳು (Praisings) ಯಶಸ್ಸಿಗೆ ಪೂರಕವಾದ ಆತ್ಮವಿಶ್ವಾಸವನ್ನು ತುಂಬುತ್ತವೆ ಮತ್ತು ಮರು-ನಿರ್ದೇಶನಗಳು (Re-Directs) ತಪ್ಪುಗಳನ್ನು ತಿದ್ದುತ್ತವೆ. ಈ ಮೂರೂ ಅಂಶಗಳು ಜನರು ತಮ್ಮ ಬಗ್ಗೆ ತಾವೇ ಹೆಮ್ಮೆ ಪಡುವಂತೆ ಮಾಡುತ್ತವೆ ಮತ್ತು ಉತ್ತಮ ಫಲಿತಾಂಶ ನೀಡಲು ಪ್ರೇರೇಪಿಸುತ್ತವೆ."

"ಆದರೆ ಗುರಿ, ಮೆಚ್ಚುಗೆ ಮತ್ತು ಮರು-ನಿರ್ದೇಶನಗಳ ಈ ಸಂಯೋಜನೆಯು ಇಷ್ಟು ಪರಿಣಾಮಕಾರಿಯಾಗಿ ಕೆಲಸ ಮಾಡುವುದು ಹೇಗೆ?" ಎಂದು ಯುವಕ ಕೇಳಿದ.

ಜಾನ್ ತನ್ನ ಕುರ್ಚಿಯಿಂದ ಎದ್ದು ನಿಂತು, ಅವನನ್ನು ಬಾಗಿಲಿನವರೆಗೆ ಬಿಡುತ್ತಾ, "ಇದನ್ನು ನೀನು ನಮ್ಮ ಹೊಸ 'ಒಂದು ನಿಮಿಷದ ವ್ಯವಸ್ಥಾಪಕ'ರನ್ನೇ (New One Minute Manager) ಕೇಳುವುದು ಒಳಿತು," ಎಂದರು.

ಯುವಕನು ಜಾನ್ ನೀಡಿದ ಸಮಯಕ್ಕಾಗಿ ಧನ್ಯವಾದ ಅರ್ಪಿಸಿದನು. ಜಾನ್ ಮುಗುಳ್ನಕ್ಕು, "ಸಮಯದ ವಿಷಯದಲ್ಲಿ ನನ್ನ ಪ್ರತಿಕ್ರಿಯೆ ಏನಿರುತ್ತದೆ ಎಂಬುದು ನಿನಗೆ ಈಗಾಗಲೇ ತಿಳಿದಿದೆ!" ಎಂದರು. ಇಬ್ಬರೂ ನಕ್ಕರು. ಆ ಯುವಕನಿಗೆ ತಾನು ಅಲ್ಲಿ ಕೇವಲ ಒಬ್ಬ ಸಂದರ್ಶಕನಲ್ಲ, ಬದಲಾಗಿ ಆ ತಂಡದ ಒಬ್ಬ ಆಪ್ತ ಸದಸ್ಯ ಎಂಬ ಭಾವನೆ ಮೂಡಲಾರಂಭಿಸಿತು; ಅದು ಅವನಿಗೆ ಬಹಳ ಖುಷಿ ನೀಡಿತು.

ಹಜಾರಕ್ಕೆ ಬರುತ್ತಿದ್ದಂತೆಯೇ, ಜಾನ್ ಅವರೊಂದಿಗೆ ಕಳೆದ ಅಲ್ಪ ಸಮಯದಲ್ಲಿ ತನಗೆ ಎಷ್ಟು ಮಹತ್ವದ ಮಾಹಿತಿ ಸಿಕ್ಕಿದೆ ಎಂಬ ಅರಿವು ಅವನಿಗಾಯಿತು. ಯಾರಾದರೂ ತಪ್ಪು ಮಾಡಿದಾಗ 'ಒಂದು ನಿಮಿಷದ ಮರು-ನಿರ್ದೇಶನ'ವನ್ನು ಹೇಗೆ ಬಳಸಬೇಕು ಎಂಬುದರ ಬಗ್ಗೆ ಅವನು ನೆನಪಿಗಾಗಿ ಟಿಪ್ಪಣಿ ಮಾಡಿಕೊಂಡನು.

ಗುರಿ ಸ್ಪಷ್ಟವಿದ್ದರೆ ಒಂದು ನಿಮಿಷದ ಮರು-ನಿರ್ದೇಶನ' (One Minute Re-Direct) ಅತ್ಯಂತ ಪರಿಣಾಮಕಾರಿಯಾಗಿ ಹೀಗೆ ಕೆಲಸ ಮಾಡುತ್ತದೆ:

ಮೊದಲ ಅರ್ಧ ನಿಮಿಷ (THE FIRST HALF-MINUTE)

- ತಪ್ಪಾದ ತಕ್ಷಣ ತಿದ್ದಿ : ತಪ್ಪು ನಡೆದ ತಕ್ಷಣವೇ ವ್ಯಕ್ತಿಯನ್ನು ಮರು-ನಿರ್ದೇಶಿಸಿ (Re-Direct), ವಿಳಂಬ ಮಾಡಬೇಡಿ.
- ಸತ್ಯಾಂಶಗಳನ್ನು ಖಚಿತಪಡಿಸಿಕೊಳ್ಳಿ : ಮೊದಲು ವಾಸ್ತವವನ್ನು ತಿಳಿದುಕೊಳ್ಳಿ ಮತ್ತು ನಡೆದ ತಪ್ಪಿನ ಬಗ್ಗೆ ಇಬ್ಬರೂ ಚರ್ಚಿಸಿ. ಇಲ್ಲಿ ವಿಷಯಗಳು ತೀರಾ ಸ್ಪಷ್ಟವಾಗಿ ಮತ್ತು ನಿಖರವಾಗಿರಲಿ.
- ನಿಮ್ಮ ಭಾವನೆ ಹಂಚಿಕೊಳ್ಳಿ : ಆ ತಪ್ಪಿನ ಬಗ್ಗೆ ನಿಮಗನ್ನಿಸಿದ ಬೇಸರ ಮತ್ತು ಅದು ಸಂಸ್ಥೆಯ ಒಟ್ಟಾರೆ ಫಲಿತಾಂಶದ ಮೇಲೆ ಬೀರಿದ ಪರಿಣಾಮವನ್ನು ಮುಕ್ತವಾಗಿ ವ್ಯಕ್ತಪಡಿಸಿ.

ವಿರಾಮ (PAUSE)

- ಮೌನವಾಗಿರಿ : ಸ್ವಲ್ಪ ಕ್ಷಣ ಸುಮ್ಮನಿರಿ; ಅವರು ಮಾಡಿದ ತಪ್ಪಿನ ಬಗ್ಗೆ ಅವರಿಗೇ ಪಶ್ಚಾತ್ತಾಪ ಅಥವಾ ಗಂಭೀರವಾದ ಅರಿವು ಉಂಟಾಗಲು ಈ ಸಮಯ ನೀಡಿ.

ಎರಡನೇ ಅರ್ಧ ನಿಮಿಷ (THE SECOND HALF-MINUTE)

- ವ್ಯಕ್ತಿಯ ಗೌರವ ಉಳಿಸಿ : ಅವರು ಮಾಡಿದ ತಪ್ಪಿಗಿಂತ ಅವರು ಶ್ರೇಷ್ಠರು ಎಂಬುದು ಅವರಿಗೆ ತಿಳಿಯಲಿ. ವ್ಯಕ್ತಿಯಾಗಿ ಅವರ ಬಗ್ಗೆ ನಿಮಗೆ ಒಳ್ಳೆಯ ಅಭಿಪ್ರಾಯವಿದೆ ಎಂಬುದನ್ನು ಮನವರಿಕೆ ಮಾಡಿ.
- ವಿಶ್ವಾಸ ತುಂಬಿ : ಅವರ ಮೇಲೆ ನಿಮಗೆ ಇನ್ನೂ ನಂಬಿಕೆ ಮತ್ತು ಭರವಸೆ ಇದೆ ಎಂಬುದನ್ನು ನೆನಪಿಸಿ. ಅವರ ಯಶಸ್ಸಿಗೆ ಸದಾ ನಿಮ್ಮ ಬೆಂಬಲವಿದೆ ಎಂದು ತಿಳಿಸಿ.
- ಅಲ್ಲಿಗೇ ಬಿಟ್ಟುಬಿಡಿ : ಒಮ್ಮೆ ಮರು-ನಿರ್ದೇಶನ ಮುಗಿದ ಮೇಲೆ ಆ ವಿಷಯ ಅಲ್ಲಿಗೇ ಮುಗಿಯಿತು ಎಂದು ಭಾವಿಸಿ (ಅದನ್ನು ಮತ್ತೆ ಮತ್ತೆ ನೆನಪಿಸಿ ಕಿರಿಕಿರಿ ಮಾಡಬೇಡಿ).

ಆ ಯುವಕ 'ಒಂದು ನಿಮಿಷದ ಮರುನಿರ್ದೇಶನ'ದ (One Minute Re-Direct) ಪರಿಣಾಮವನ್ನು ಸ್ವತಃ ಅನುಭವಿಸದೇ ಹೋಗಿದ್ದರೆ, ಬಹುಶಃ ಅದರ ಶಕ್ತಿಯ ಮೇಲೆ ಅವನಿಗೆ ಅಷ್ಟು ನಂಬಿಕೆ ಬರುತ್ತಿರಲಿಲ್ಲವೇನೋ. ತನಗೆ ಸಿಕ್ಕಿದ್ದು ಕೇವಲ ಒಂದು ಸೌಮ್ಯವಾದ ಪ್ರತಿಕ್ರಿಯೆ ಎಂದು ಅವನಿಗೆ ತಿಳಿದಿದ್ದರೂ, ಮತ್ತೊಮ್ಮೆ ಅಂತಹ ಸನ್ನಿವೇಶ ಎದುರಿಸಲು ಅವನು ಖಂಡಿತ ಇಷ್ಟಪಡುತ್ತಿರಲಿಲ್ಲ.

ಆದರೆ ಮನುಷ್ಯ ಅಂದಮೇಲೆ ತಪ್ಪುಗಳು ಸಹಜ. ಒಂದು ವೇಳೆ ತಾನು ಇಂತಹ ಮ್ಯಾನೇಜರ್ ಕೈಕೆಳಗೆ ಕೆಲಸ ಮಾಡುವಾಗ ಏನಾದರೂ ದೊಡ್ಡ ತಪ್ಪು ಎಸಗಿದರೆ, ಅದಕ್ಕೆ ತಕ್ಕನಾದ ಇನ್ನೂ ಕಟ್ಟುನಿಟ್ಟಾದ ಮರುನಿರ್ದೇಶನ ಸಿಗುತ್ತದೆ ಎಂಬ ಅರಿವು ಅವನಿಗೆ ಇತ್ತು. ಆದರೆ ಆ ಅರಿವು ಅವನನ್ನು ಅಷ್ಟಾಗಿ ಚಿಂತೆಗೀಡುಮಾಡಲಿಲ್ಲ; ಯಾಕೆಂದರೆ ಅಲ್ಲಿನ ಕ್ರಮಗಳು ನ್ಯಾಯಯುತವಾಗಿರುತ್ತವೆ ಎಂಬ ಭರವಸೆ ಅವನಿಗಿತ್ತು.

ಮರಳಿ ಮ್ಯಾನೇಜರ್ ಕಚೇರಿಯತ್ತ ಹೆಜ್ಜೆ ಹಾಕುತ್ತಿದ್ದಂತೆ, 'ಒಂದು ನಿಮಿಷದ ನಿರ್ವಹಣೆ'ಯಲ್ಲಿರುವ ಆ ಅಚ್ಚರಿಯ ಶಕ್ತಿಯ ಬಗ್ಗೆ ಮತ್ತು ಬದಲಾಗುತ್ತಿರುವ ಜಗತ್ತಿಗೆ ತಕ್ಕಂತೆ ಅದನ್ನು ಹೇಗೆ ಸುಧಾರಿಸಲಾಗಿದೆ ಎಂಬ ಬಗ್ಗೆ ಅವನು ಆಳವಾಗಿ ಯೋಚಿಸುತ್ತಿದ್ದ.

ಅವನಿಗೆ ಆ ಮೂರೂ ರಹಸ್ಯಗಳು ಬಹಳ ತಾರ್ಕಿಕವಾಗಿ ಕಂಡವು. "ಆದರೆ ಇವು ಇಷ್ಟು ಅದ್ಭುತವಾಗಿ ಕೆಲಸ ಮಾಡಲು ಕಾರಣವೇನು?" ಎಂದು ಅವನು ತನ್ನಷ್ಟಕ್ಕೆ ತಾನು ಪ್ರಶ್ನಿಸಿಕೊಂಡ.

ಅಷ್ಟೇ ಅಲ್ಲದೆ, "ಈ 'ನ್ಯೂ ಒನ್ ಮಿನಿಟ್ ಮ್ಯಾನೇಜರ್' ಇಂದಿಗೂ ಕಂಪನಿಯಲ್ಲಿ ಅತಿ ಹೆಚ್ಚು ದಕ್ಷ ಮತ್ತು ಎಲ್ಲರಿಂದ ಅತೀವವಾಗಿ ಗೌರವಿಸಲ್ಪಡುವ ಮ್ಯಾನೇಜರ್ ಆಗಿ ಉಳಿಯಲು ಹೇಗೆ ಸಾಧ್ಯವಾಯಿತು?" ಎಂಬ ಕುತೂಹಲ ಅವನನ್ನು ಕಾಡತೊಡಗಿತು.

ಹೊಸ ಒಂದು ನಿಮಿಷದ ಮ್ಯಾನೇಜರ್ ವಿವರಿಸುತ್ತಾನೆ

ಯುವಕ ಮ್ಯಾನೇಜರ್ ಕಚೇರಿಗೆ ಮರಳಿದಾಗ, ಕೋರ್ಟ್ನಿ ನಗುಮುಖದಿಂದ ಸ್ವಾಗತಿಸಿ, "ನೀವು ಯಾವಾಗ ಬರುತ್ತೀರಿ ಎಂದು ಅವರು ಕಾಯುತ್ತಿದ್ದರು," ಎಂದಳು.

ಯುವಕ ಕಚೇರಿಯೊಳಗೆ ಪ್ರವೇಶಿಸಿದಾಗ, ಆ ಜಾಗ ಎಷ್ಟು ಶುಚಿಯಾಗಿ ಮತ್ತು ಅಚ್ಚುಕಟ್ಟಾಗಿತ್ತು ಎಂಬುದು ಅವನ ಗಮನಕ್ಕೆ ಮತ್ತೊಮ್ಮೆ ಬಂದಿತು. ಮ್ಯಾನೇಜರ್ ಅವನನ್ನು ಆತ್ಮೀಯ ನಗೆಯೊಂದಿಗೆ ಬರಮಾಡಿಕೊಂಡರು. "ನಿಮ್ಮ ಈ ಸಂಶೋಧನೆಯಲ್ಲಿ ಏನು ಕಂಡುಹಿಡಿದಿರಿ?" ಎಂದು ಕೇಳಿದರು.

"ಬಹಳಷ್ಟಿದೆ!" ಎಂದ ಯುವಕ.

"ನೀವು ತಿಳಿದುಕೊಂಡದ್ದನ್ನು ನನಗೂ ಹೇಳಿ."

"ನಿಮ್ಮನ್ನು 'ನ್ಯೂ ಒನ್ ಮಿನಿಟ್ ಮ್ಯಾನೇಜರ್' ಎಂದು ಏಕೆ ಕರೆಯುತ್ತಾರೆಂದು ನನಗೆ ಈಗ ಅರ್ಥವಾಯಿತು. ಯಾಕೆಂದರೆ ನೀವು ಈ 'ಮೂರು ರಹಸ್ಯಗಳನ್ನು' ಕಾಲಕ್ಕೆ ತಕ್ಕಂತೆ ಅಳವಡಿಸಿಕೊಳ್ಳುತ್ತಲೇ ಇರುತ್ತೀರಿ. ನೀವು ಮತ್ತು ನಿಮ್ಮ ತಂಡದವರು ಸೇರಿ 'ಒಂದು ನಿಮಿಷದ ಗುರಿ' ಗಳನ್ನು ನಿಗದಿಪಡಿಸುತ್ತೀರಿ; ಇದರಿಂದ ಪ್ರತಿಯೊಬ್ಬರಿಗೂ ತಮ್ಮ ಜವಾಬ್ದಾರಿ ಏನು ಮತ್ತು ಅತ್ಯುತ್ತಮ ಕೆಲಸ ಎಂದರೆ ಹೇಗಿರಬೇಕು ಎಂಬುದು ಸ್ಪಷ್ಟವಾಗಿ ತಿಳಿಯುತ್ತದೆ."

ಮುಂದುವರಿಯುತ್ತಾ ಅವನು ಹೇಳಿದ, "ನಂತರ, ಜನರು ಯಾವುದನ್ನಾದರೂ ಸರಿಯಾಗಿ ಮಾಡಿದಾಗ ನೀವು ಅದನ್ನು ಗುರುತಿಸಿ ಅವರಿಗೆ 'ಒಂದು ನಿಮಿಷದ ಪ್ರಶಂಸೆ' ನೀಡುತ್ತೀರಿ. ಅಲ್ಲದೆ, ಯಾರಾದರೂ ತಪ್ಪು ಮಾಡಿದ್ದನ್ನು ಗಮನಿಸಿದಾಗ, ಅವರಿಗೆ 'ಒಂದು ನಿಮಿಷದ ಮರುನಿರ್ದೇಶನ' ನೀಡುತ್ತೀರಿ."

"ಸರಿ, ಇದರ ಬಗ್ಗೆ ನಿಮಗೇನನ್ನಿಸುತ್ತದೆ?" ಎಂದು ಮ್ಯಾನೇಜರ್ ಕೇಳಿದರು.

"ಇಷ್ಟು ಕಡಿಮೆ ಸಮಯ ತಗಲಿದರೂ ಇದು ಇಷ್ಟು ಪರಿಣಾಮಕಾರಿಯಾಗಿ ಕೆಲಸ ಮಾಡುತ್ತದಲ್ಲ ಎಂಬುದು ನನಗೆ ಅಚ್ಚರಿ ಮೂಡಿಸಿದೆ." ಯುವಕ ಸ್ವಲ್ಪ ಹಿಂಜರಿದು ನಂತರ ಮೆಲ್ಲಗೆ ಕೇಳಿದ, "ನಾನು ಈ ಪ್ರಶ್ನೆ ಕೇಳುವುದು ಅಸಭ್ಯವೆನಿಸದಿದ್ದರೆ... ಒಬ್ಬ ಮ್ಯಾನೇಜರ್ ಆಗಿ ನೀವು ಮಾಡಬೇಕಾದ ಎಲ್ಲಾ ಕೆಲಸಗಳನ್ನು ಕೇವಲ ಒಂದು

ನಿಮಿಷದಲ್ಲಿ ಮುಗಿಸಲು ಸಾಧ್ಯ ಎಂದು ನೀವು ನಿಜವಾಗಿಯೂ ನಂಬುತ್ತೀರಾ?"

ಮ್ಯಾನೇಜರ್ ನಕ್ಕರು. "ಖಂಡಿತ ಇಲ್ಲ. ಆದರೆ ಇದು ಸಂಕೀರ್ಣವಾದ ಕೆಲಸವನ್ನು ಸುಲಭವಾಗಿ ನಿಭಾಯಿಸಲು ಇರುವ ಒಂದು ಹಾದಿ ಅಷ್ಟೆ. ಗುರಿಗಳ ಮೇಲೆ ಮರುಗಮನ ಹರಿಸಲು ಮತ್ತು ಜನರು ಹೇಗೆ ಕೆಲಸ ಮಾಡುತ್ತಿದ್ದಾರೆಂಬ ಬಗ್ಗೆ ಅವರಿಗೆ ಮುಖ್ಯವಾದ ಪ್ರತಿಕ್ರಿಯೆ (feedback) ನೀಡಲು ಸಾಮಾನ್ಯವಾಗಿ ಒಂದು ನಿಮಿಷ ಸಾಕು."

"ಈ ಮೂರು ರಹಸ್ಯಗಳನ್ನು ಬಳಸುವುದು ನಾವು ದಿನವಿಡೀ ಮಾಡುವ ಕೆಲಸಗಳ ಕೇವಲ 20% ಭಾಗವಾಗಿರಬಹುದು, ಆದರೆ ಅವು ನಾವು ಬಯಸಿದ 80% ರಷ್ಟು ಫಲಿತಾಂಶವನ್ನು ತಂದುಕೊಡುತ್ತವೆ. ಇದನ್ನೇ ಹಳೆಯ 80/20 ನಿಯಮ ಎನ್ನುತ್ತಾರೆ."

ಮ್ಯಾನೇಜರ್ ಮುಂದುವರಿಸಿದರು, "ನೀವು ಇನ್ನುಳಿದಂತೆ ಏನನ್ನು ಗಮನಿಸಿದಿರಿ?"

"ಇಲ್ಲಿ ಕೆಲಸ ಮಾಡುವುದನ್ನು ಜನರು ನಿಜಕ್ಕೂ ಇಷ್ಟಪಡುತ್ತಾರೆ ಮತ್ತು ನೀವೆಲ್ಲರೂ ಉತ್ತಮ ಫಲಿತಾಂಶಕ್ಕಾಗಿ ಪರಸ್ಪರ ಸಹಕರಿಸುತ್ತೀರಿ. ಈ ವಿಧಾನ ನಿಮ್ಮ ಮಟ್ಟಿಗೆ ಅದ್ಭುತವಾಗಿ ಕೆಲಸ ಮಾಡುತ್ತಿದೆ ಎಂಬುದು ನನಗೆ ಮನವರಿಕೆಯಾಗಿದೆ," ಎಂದ ಯುವಕ.

ಮ್ಯಾನೇಜರ್ ಭರವಸೆ ನೀಡಿದರು, "ನೀವು ಇದನ್ನು ಅಳವಡಿಸಿಕೊಂಡರೆ, ನಿಮಗೂ ಇದು ಖಂಡಿತ ಯಶಸ್ಸು ತಂದುಕೊಡುತ್ತದೆ."

"ಇರಬಹುದು, ಆದರೆ ಇದು ಏಕೆ ಮತ್ತು ಹೇಗೆ ಕೆಲಸ ಮಾಡುತ್ತದೆ ಎಂಬ ಆಳವಾದ ಸತ್ಯ ನನಗೆ ಅರ್ಥವಾದರೆ, ನಾನು ಇದನ್ನು ಇನ್ನು ಹೆಚ್ಚಿನ ನಂಬಿಕೆಯಿಂದ ಬಳಸಬಹುದು ಅನ್ನಿಸುತ್ತದೆ."

"ಖಂಡಿತ. ಇದು ಪ್ರತಿಯೊಬ್ಬರಿಗೂ ಅನ್ವಯಿಸುವ ಮಾತು, ಯುವಕನೇ. ಒಂದು ವಿಷಯ ಏಕೆ ಕೆಲಸ ಮಾಡುತ್ತದೆ ಎಂಬುದು ನಮಗೆ ಎಷ್ಟು ಚೆನ್ನಾಗಿ ಅರ್ಥವಾಗುತ್ತದೋ, ಅಷ್ಟು ಹೆಚ್ಚು ಸಲೀಸಾಗಿ ನಾವು ಅದನ್ನು ಜೀವನದಲ್ಲಿ ಅಳವಡಿಸಿಕೊಳ್ಳುತ್ತೇವೆ."

"ನನ್ನ ಕಂಪ್ಯೂಟರ್‌ನಲ್ಲಿ ನಾನು ಇಟ್ಟುಕೊಂಡಿರುವ ಒಂದು ನೆನಪೋಲೆಯನ್ನು (reminder) ನಿನಗೆ ತೋರಿಸುತ್ತೇನೆ ನೋಡು."

ಯುವಕ ತಿರುಗಿ ನೋಡಿದಾಗ ಅವನಿಗೆ ಇದು ಕಂಡಿತು:

*

“ನಾನು ಜನರಿಗಾಗಿ
ವಿನಿಯೋಗಿಸುವ
ಆ ಒಂದು ನಿಮಿಷವೇ,
ನಾನು ಕಳೆಯುವ ಸಮಯಗಳಲ್ಲೇ
ಅತ್ಯಂತ ಶ್ರೇಷ್ಠವಾದದ್ದು.”

*

“ಹೆಚ್ಚಿನ ಕಂಪನಿಗಳು ತಮ್ಮ ಬಜೆಟ್‌ನ ಬಹುದೊಡ್ಡ ಪಾಲನ್ನು ಜನರ ಸಂಬಳಕ್ಕಾಗಿ ವ್ಯಯಿಸುತ್ತವೆ, ಆದರೆ ಅದೇ ಜನರನ್ನು ಅಭಿವೃದ್ಧಿಪಡಿಸಲು (develop) ಅದರ ಒಂದು ಸಣ್ಣ ಭಾಗವನ್ನೂ ಖರ್ಚು ಮಾಡುವುದಿಲ್ಲ ಎಂಬುದು ನಿಜಕ್ಕೂ ಒಂದು ವಿಪರ್ಯಾಸ. ಹೆಚ್ಚಿನ ಸಂಸ್ಥೆಗಳು ತಮ್ಮ ಕಟ್ಟಡಗಳು, ತಂತ್ರಜ್ಞಾನ ಮತ್ತು ಯಂತ್ರೋಪಕರಣಗಳ ನಿರ್ವಹಣೆಗೆ ನೀಡುವಷ್ಟು ಪ್ರಾಮುಖ್ಯತೆ ಮತ್ತು ಸಮಯವನ್ನು ಮನುಷ್ಯರ ಬೆಳವಣಿಗೆಗೆ ನೀಡುವುದಿಲ್ಲ.”

“ನಾನು ಈ ದೃಷ್ಟಿಕೋನದಿಂದ ಎಂದೂ ಯೋಚಿಸಿರಲಿಲ್ಲ,” ಎಂದು ಯುವಕ ಒಪ್ಪಿಕೊಂಡ. “ಆದರೆ ಸಂಸ್ಥೆಗೆ ಫಲಿತಾಂಶ ತಂದುಕೊಡುವುದು ಮನುಷ್ಯರೇ ಆಗಿರುವುದರಿಂದ, ಅವರ ಮೇಲೆ ಹೂಡಿಕೆ ಮಾಡುವುದು ಹೆಚ್ಚು ತರ್ಕಬದ್ಧವಾಗಿದೆ.”

“ಖಂಡಿತ,” ಎನ್ನುತ್ತಾ ಮ್ಯಾನೇಜರ್ ಒಂದು ಸತ್ಯವನ್ನು ಬಿಚ್ಚಿಟ್ಟರು. “ನಾನು ಮೊದಲ ಬಾರಿಗೆ ಕೆಲಸಕ್ಕೆ ಸೇರಿದಾಗ, ಯಾರಾದರೂ ನನ್ನ ಮೇಲೂ ಹೀಗೆ ಸಮಯ ಹೂಡಿಕೆ ಮಾಡಿದ್ದರೆ ಎಷ್ಟು ಚೆನ್ನಾಗಿರುತ್ತಿತ್ತು ಎಂದು ನನಗೀಗ ಅನ್ನಿಸುತ್ತದೆ.”

“ಯಾವ ಅರ್ಥದಲ್ಲಿ ಹೇಳುತ್ತಿದ್ದೀರಿ?” ಯುವಕ ಕೇಳಿದ.

“ನಾನು ಕೆಲಸ ಮಾಡಿದ ಹೆಚ್ಚಿನ ಸಂಸ್ಥೆಗಳಲ್ಲಿ, ನಾನು ಅಸಲಿಗೆ ಏನು ಮಾಡಬೇಕು ಎಂಬುದೇ ನನಗೆ ತಿಳಿದಿರುತ್ತಿರಲಿಲ್ಲ. ಯಾರೂ ಆ ಬಗ್ಗೆ ಹೇಳುವ ತಲೆನೋವು ತೆಗೆದುಕೊಳ್ಳುತ್ತಿರಲಿಲ್ಲ. 'ನೀವು ಕೆಲಸ ಚೆನ್ನಾಗಿ ಮಾಡುತ್ತಿದ್ದೀರಾ?' ಎಂದು ಅಂದು ಯಾರಾದರೂ ಕೇಳಿದ್ದರೆ, ನಾನು 'ಗೊತ್ತಿಲ್ಲ' ಅಥವಾ 'ಹಾಗನ್ನಿಸುತ್ತೆ' ಎನ್ನುತ್ತಿದ್ದೆ. ಯಾಕೆ ಹಾಗನ್ನಿಸುತ್ತೆ ಎಂದು ಕೇಳಿದರೆ, 'ನನ್ನ ಬಾಸ್ ಇತ್ತೀಚೆಗೆ ನನ್ನನ್ನು ಬೈದಿಲ್ಲ' ಅಥವಾ 'ಯಾವುದೇ ಕೆಟ್ಟ ಸುದ್ದಿ ಇಲ್ಲದಿರುವುದೇ ಶುಭ ಸುದ್ದಿ' ಎಂದು

ಉತ್ತರಿಸುತ್ತಿದ್ದೆ. ಅಂದರೆ ಶಿಕ್ಷೆಯಿಂದ ತಪ್ಪಿಸಿಕೊಳ್ಳುವುದೇ ಅಂದಿನ ನನ್ನ ಕೆಲಸದ ಮುಖ್ಯ ಪ್ರೇರಣೆಯಾಗಿತ್ತು (motivation)."

ಯುವಕ ಹೇಳಿದ, "ನಿಮ್ಮ ನಿರ್ವಹಣಾ ಶೈಲಿ ಯಾಕೆ ವಿಭಿನ್ನವಾಗಿದೆ ಎಂಬುದು ಈಗ ನನಗೆ ಅರ್ಥವಾಗುತ್ತಿದೆ. ಆದರೆ ಆ ಮೂರು ರಹಸ್ಯಗಳು ಇಷ್ಟೊಂದು ಪರಿಣಾಮಕಾರಿಯಾಗಿ ಕೆಲಸ ಮಾಡಲು ಕಾರಣವೇನು ಎಂಬ ಕುತೂಹಲ ನನಗಿನ್ನೂ ಇದೆ."

"ಉದಾಹರಣೆಗೆ, **'ಒಂದು ನಿಮಿಷದ ಗುರಿ'**ಗಳನ್ನು ನಿಗದಿಪಡಿಸುವುದು ಅಷ್ಟು ಅದ್ಭುತವಾಗಿ ಕೆಲಸ ಮಾಡುವುದಾದರೂ ಹೇಗೆ?"

ಒಂದು ನಿಮಿಷದ ಗುರಿಗಳನ್ನು ನಿಗದಿಪಡಿಸುವುದು ಏಕೆ ಕೆಲಸ ಮಾಡುತ್ತದೆ

"ಒಂದು ನಿಮಿಷದ ಗುರಿಗಳನ್ನು ನಿಗದಿಪಡಿಸುವುದು ಏಕೆ ಕೆಲಸ ಮಾಡುತ್ತದೆ ಎಂದು ತಿಳಿಯಲು ಬಯಸುತ್ತೀರಾ?" ಮ್ಯಾನೇಜರ್ ಆ ಮಾತುಗಳನ್ನು ಪುನರುಚ್ಚರಿಸಿದರು. "ಸರಿ." ಅವರು ಎದ್ದು ನಿಂತು ಕೋಣೆಯೊಳಗೆ ನಿಧಾನವಾಗಿ ಅಡ್ಡಾಡಲು ಶುರುಮಾಡಿದರು.

"ನಾನು ನಿಮಗೊಂದು ಹೋಲಿಕೆ (Analogy) ನೀಡುತ್ತೇನೆ, ಅದು ವಿಷಯವನ್ನು ಅರ್ಥಮಾಡಿಕೊಳ್ಳಲು ಸಹಾಯ ಮಾಡಬಹುದು. ಇಷ್ಟು ವರ್ಷಗಳಲ್ಲಿ ನಾನು ಕೆಲಸ ಮಾಡಿದ ವಿವಿಧ ಸಂಸ್ಥೆಗಳಲ್ಲಿ, ಕೆಲಸದ ವೇಳೆ ಯಾವುದೇ ಆಸಕ್ತಿ ಅಥವಾ ಉತ್ಸಾಹ ಇಲ್ಲದ ಅದೆಷ್ಟೋ ಜನರನ್ನು ನೋಡಿದ್ದೇನೆ. ಆದರೆ ಅದೇ ಜನರು ಕೆಲಸ ಮುಗಿದ ನಂತರ ತಮ್ಮ ಇತರ ಚಟುವಟಿಕೆಗಳಲ್ಲಿ ಅಷ್ಟೊಂದು ನಿರುತ್ಸಾಹಿಗಳಾಗಿರುವುದನ್ನು ನಾನು ಎಲ್ಲೂ ನೋಡಿಲ್ಲ."

"ಹಲವು ವರ್ಷಗಳ ಹಿಂದೆ ಒಂದು ರಾತ್ರಿ, ನಾನು ಬೌಲಿಂಗ್ ಆಡಲು ಹೋಗಿದ್ದೆ. ಅಲ್ಲಿ ನನ್ನ ಹಳೆಯ ಸಂಸ್ಥೆಯ ಕೆಲವು 'ಸಮಸ್ಯೆಯ ಉದ್ಯೋಗಿ'ಗಳನ್ನು (problem employees) ಕಂಡೆ. ಅವರಲ್ಲಿ ಒಬ್ಬನಂತೂ ನನಗೆ ಬಹಳ ಚೆನ್ನಾಗಿ ನೆನಪಿದ್ದ. ಅವನು ಬೌಲಿಂಗ್ ಲೈನ್ ಹತ್ತಿರ ಬಂದು ಚೆಂಡನ್ನು ಎಸೆದ. ತಕ್ಷಣವೇ ಅವನು ಕಿರುಚಾಡುತ್ತಾ, ಕುಣಿದಾಡುತ್ತಾ ಸಂಭ್ರಮಿಸಲು ಶುರುಮಾಡಿದ. ಅವನು ಯಾಕೆ ಅಷ್ಟು ಖುಷಿಯಾಗಿದ್ದ ಅಂತ ನಿಮಗೇನಾದರೂ ಅನ್ನಿಸುತ್ತದೆಯೇ?"

"ಯಾಕೆಂದರೆ ಅವನು ಅಲ್ಲಿನ ಎಲ್ಲಾ ಪಿನ್‌ಗಳನ್ನು ಉರುಳಿಸಿದ್ದ," ಎಂದು ಯುವಕ ಉತ್ತರಿಸಿದ.

"ಖಂಡಿತ. ಹಾಗಾದರೆ ಅದೇ ಮಟ್ಟದ ಸಂಭ್ರಮ ಮತ್ತು ಉತ್ಸಾಹ ಕೆಲಸದ ಸಮಯದಲ್ಲಿ ಅವನಲ್ಲಿ ಅಥವಾ ಇತರರಲ್ಲಿ ಏಕೆ ಇರುವುದಿಲ್ಲ?" ಎಂದು ಮ್ಯಾನೇಜರ್ ಪ್ರಶ್ನಿಸಿದರು.

ಯುವಕ ಸ್ವಲ್ಪ ಯೋಚಿಸಿ ಹೇಳಿದ, "ಯಾಕೆಂದರೆ ಅವರಿಗೆ ಪಿನ್‌ಗಳು ಎಲ್ಲಿವೆ ಎಂಬುದು ತಿಳಿದಿರುವುದಿಲ್ಲ—ಅಂದರೆ ತಾವು ಯಾವುದನ್ನು ಗುರಿಯಾಗಿಸಿಕೊಳ್ಳಬೇಕು ಎಂಬ ಅರಿವೇ ಇರುವುದಿಲ್ಲ. ನನಗೆ ಈಗ ಅರ್ಥವಾಯಿತು. ಒಂದು ವೇಳೆ ಪಿನ್‌ಗಳೇ ಕಾಣದಿದ್ದರೆ, ಯಾರಾದರೂ ಎಷ್ಟು ಹೊತ್ತು ತಾನೇ ಆ ಆಟವಾಡಲು ಬಯಸುತ್ತಾರೆ?"

"ಸರಿಯಾಗಿ ಹೇಳಿದಿರಿ," ಎಂದರು ಒನ್ ಮಿನಿಟ್ ಮ್ಯಾನೇಜರ್. "ತಮ್ಮ ತಂಡದವರಿಗೆ ತಾವು ಏನನ್ನು ಸಾಧಿಸಬೇಕು ಎಂಬುದು ಮೊದಲೇ ತಿಳಿದಿದೆ ಎಂದು ಹೆಚ್ಚಿನ ಮ್ಯಾನೇಜರ್‌ಗಳು ತಪ್ಪಾಗಿ ಭಾವಿಸುತ್ತಾರೆ ಎಂಬುದು ನನ್ನ ನಂಬಿಕೆ."

"ಜನರಿಗೆ ಅವರಿಂದ ಏನನ್ನು ನಿರೀಕ್ಷಿಸಲಾಗುತ್ತಿದೆ ಎಂಬುದು ತಿಳಿದಿದೆ ಎಂದು ನೀವು ಊಹಿಸಿಕೊಂಡಾಗ, ಅದು ಒಂದು ಅಸಮರ್ಪಕವಾದ ಬೌಲಿಂಗ್ ಆಟದಂತಾಗುತ್ತದೆ. ನೀವು ಪಿನ್‌ಗಳನ್ನು ಜೋಡಿಸಿರುತ್ತೀರಿ ನಿಜ, ಆದರೆ ಆಟಗಾರ ಚೆಂಡನ್ನು ಎಸೆಯಲು ಹೋದಾಗ, ಪಿನ್‌ಗಳ ಮುಂದೆ ಒಂದು ಬಟ್ಟೆಯನ್ನು ಪರದೆಯಂತೆ ಕಟ್ಟಿರುವುದು ಅವನ ಗಮನಕ್ಕೆ ಬರುತ್ತದೆ. ಅವನು ಚೆಂಡನ್ನು ಎಸೆದಾಗ ಅದು ಆ ಪರದೆಯ ಕೆಳಗೆ ತೂರಿ ಹೋಗುತ್ತದೆ; ಅವನಿಗೆ ಪಿನ್‌ಗಳು ಬೀಳುವ ಶಬ್ದವಂತೂ ಕೇಳಿಸುತ್ತದೆ, ಆದರೆ ಎಷ್ಟು ಪಿನ್‌ಗಳು ಬಿದ್ದಿವೆ ಎಂದು ಅವನಿಗೆ ತಿಳಿಯುವುದೇ ಇಲ್ಲ. 'ಅವನು ಹೇಗೆ ಆಡಿದ?' ಎಂದು ನೀವು ಕೇಳಿದರೆ, ಅವನು 'ನನಗೂ ಗೊತ್ತಿಲ್ಲ, ಆದರೆ ಏನೋ ಒಂದು ಶಬ್ದವಂತೂ ಕೇಳಿಸಿತು, ಸದ್ಯಕ್ಕೆ ಅಷ್ಟೇ ಸಾಕು' ಎನ್ನುತ್ತಾನೆ ಅಷ್ಟೆ."

"ಇದು ರಾತ್ರಿಯ ಹೊತ್ತು ಗಾಲ್ಫ್ ಆಡಿದ ಹಾಗೆ. ನನ್ನ ಎಷ್ಟೋ ಸ್ನೇಹಿತರು ಗಾಲ್ಫ್ ಆಡುವುದನ್ನೇ ಬಿಟ್ಟುಬಿಟ್ಟಿದ್ದಾರೆ. ನಾನು ಅವರನ್ನು ಯಾಕೆ ಎಂದು ಕೇಳಿದಾಗ, ಅವರು 'ಗಾಲ್ಫ್ ಮೈದಾನಗಳಲ್ಲಿ ಅತಿಯಾದ ಜನಜಂಗುಳಿ ಇರುತ್ತದೆ' ಎಂದು ಹೇಳಿದರು."

"ನಾನು ಅವರಿಗೆ ರಾತ್ರಿ ಹೊತ್ತು ಗಾಲ್ಫ್ ಆಡಿ ಎಂದು ಸಲಹೆ ನೀಡಿದಾಗ ಅವರು ನಕ್ಕರು. ಯಾಕೆಂದರೆ, ಚೆಂಡನ್ನು ಎಲ್ಲಿಗೆ ಹೊಡೆಯಬೇಕು ಎಂಬುದೇ ಕಾಣಿಸದ ಮೇಲೆ ಯಾರಾದರೂ ಗಾಲ್ಫ್ ಆಡಲು ಇಷ್ಟಪಡುವರೆ?

ತಂಡದ ಕ್ರೀಡೆಗಳನ್ನು ನೋಡುವುದು ಕೂಡ ಅಷ್ಟೇ. ಪಂದ್ಯದ ಸ್ಕೋರ್ ತಿಳಿಯಲು ಸಾಧ್ಯವೇ ಇಲ್ಲದಿದ್ದರೆ, ಎರಡು ತಂಡಗಳ ನಡುವಿನ ಸ್ಪರ್ಧೆಯನ್ನು ಎಷ್ಟು ಜನ ತಾನೇ ನೋಡಿಯಾರು?"

"ಹೌದು, ಯಾಕೆ ಹಾಗೆ?" ಎಂದು ಯುವಕ ಕೇಳಿದ.

"ಯಾಕೆಂದರೆ, ಮನುಷ್ಯನಿಗೆ ಸಿಗುವ ಅತಿ ದೊಡ್ಡ ಪ್ರೇರಣೆ ಎಂದರೆ ಅವನು ಮಾಡಿದ ಕೆಲಸದ ಫಲಿತಾಂಶದ ಬಗ್ಗೆ ಸಿಗುವ ಪ್ರತಿಕ್ರಿಯೆ (Feedback). ತಾವು ಎಂತಹ ಕೆಲಸ ಮಾಡುತ್ತಿದ್ದೇವೆ ಎಂದು ತಿಳಿಯಲು ಪ್ರತಿಯೊಬ್ಬರೂ ಬಯಸುತ್ತಾರೆ.

ನಿಜ ಹೇಳಬೇಕೆಂದರೆ, ನಮ್ಮಲ್ಲಿ ಗಮನಿಸಬೇಕಾದ ಇನ್ನೊಂದು ಪ್ರಸಿದ್ಧ ಮಾತಿದೆ: 'ಪ್ರತಿಕ್ರಿಯೆಯೇ ಸಾಧಕರ ಮುಂಜಾನೆಯ ಉಪಾಹಾರ' (Feedback Is the Breakfast of Champions). ಈ ಪ್ರತಿಕ್ರಿಯೆಯೇ ನಮ್ಮನ್ನು ನಿರಂತರವಾಗಿ ಮುನ್ನಡೆಸುತ್ತದೆ.

ಆದರೆ ದುರದೃಷ್ಟವಶಾತ್, ಕೆಲವು ಮ್ಯಾನೇಜರ್‌ಗಳಿಗೆ ಈ ಸತ್ಯ ತಿಳಿದಿದ್ದರೂ ಅವರು 'ಮೂರನೇ ವಿಧದ ಬೌಲಿಂಗ್' ಆಟವನ್ನು ಶುರು ಮಾಡುತ್ತಾರೆ.

ಆಟಗಾರ ಚೆಂಡನ್ನು ಎಸೆಯಲು ಸಜ್ಜಾದಾಗ ಪಿನ್‌ಗಳೂ ಇರುತ್ತವೆ, ಅದರ ಮುಂದೆ ಪರದೆಯೂ ಇರುತ್ತದೆ. ಆದರೆ ಈಗ ಆಟದಲ್ಲಿ ಇನ್ನೊಂದು ಹೊಸ ಪಾತ್ರವಿರುತ್ತದೆ—ಪರದೆಯ ಹಿಂದೆ ನಿಂತಿರುವ ಒಬ್ಬ ಮೇಲ್ವಿಚಾರಕ (Supervisor). ಆಟಗಾರ ಚೆಂಡನ್ನು ಎಸೆದಾಗ ಪಿನ್‌ಗಳು ಬೀಳುವ ಶಬ್ದ ಕೇಳಿಸುತ್ತದೆ, ಆಗ ಮೇಲ್ವಿಚಾರಕ ಪರದೆಯ ಹಿಂದಿನಿಂದ ಎರಡು ಬೆರಳು ತೋರಿಸಿ ನೀವು ಎರಡು ಪಿನ್ ಉರುಳಿಸಿದ್ದೀರಿ ಎಂದು ಸನ್ನೆ ಮಾಡುತ್ತಾನೆ. ಅಷ್ಟಕ್ಕೂ, ಹೆಚ್ಚಿನ ಮ್ಯಾನೇಜರ್‌ಗಳು 'ನೀವು ಎರಡನ್ನು ಉರುಳಿಸಿದ್ದೀರಿ' ಎಂದು ಅಷ್ಟು ಸುಲಭವಾಗಿ ಹೇಳುತ್ತಾರೆಯೇ?"

"ಇಲ್ಲ," ಯುವಕ ನಗುತ್ತಾ ಹೇಳಿದ. "ಅವರು ಸಾಮಾನ್ಯವಾಗಿ 'ನೀವು ಎಂಟನ್ನು ಬಿಟ್ಟುಬಿಟ್ಟಿದ್ದೀರಿ' (You missed eight) ಎಂದೇ ಹೇಳುತ್ತಾರೆ."

"ನಿಖರವಾಗಿ! ನಾನು ಯಾವಾಗಲೂ ಕೇಳುತ್ತಿದ್ದ ಪ್ರಶ್ನೆಯೆಂದರೆ, 'ಮ್ಯಾನೇಜರ್ ಆ ಪರದೆಯನ್ನು ಯಾಕೆ ಮೇಲೆತ್ತಬಾರದು? ಆಗ ಇಬ್ಬರಿಗೂ ಆ ಪಿನ್‌ಗಳು ಕಾಣಿಸುತ್ತವಲ್ಲ?' ಅದಕ್ಕೆ ಸಿಗುತ್ತಿದ್ದ ಉತ್ತರವೆಂದರೆ—ಅವರ ಮುಂದೆ 'ಪರ್ಫಾರ್ಮೆನ್ಸ್ ರಿವ್ಯೂ' (ಕೆಲಸದ ವಿಮರ್ಶೆ) ಎಂಬ ಆ ಭವ್ಯವಾದ ವ್ಯಾಪಾರ ಸಂಪ್ರದಾಯವಿರುತ್ತದೆ!" ಎಂದು ಮ್ಯಾನೇಜರ್ ವಿವರಿಸಿದರು.

"'ಅವರ ಮುಂದೆ ಪರ್ಫಾರ್ಮೆನ್ಸ್ ರಿವ್ಯೂ ಇರುವುದರಿಂದಲೇ?' ಯುವಕ ಆಶ್ಚರ್ಯದಿಂದ ಗಟ್ಟಿಯಾಗಿ ಕೇಳಿದ.

"ಅದೇಕೋ ಗೊತ್ತಿಲ್ಲ," ಮ್ಯಾನೇಜರ್ ಕೇಳಿದರು, "ಹೆಚ್ಚಿನ ಜನರಿಗೆ ತಾವು ಎಂತಹ ಕೆಲಸ ಮಾಡುತ್ತಿದ್ದೇವೆ ಎಂಬುದು ಆ ಪರ್ಫಾರ್ಮೆನ್ಸ್ ರಿವ್ಯೂ ನಡೆಯುವವರೆಗೆ ತಿಳಿಯುವುದೇ ಇಲ್ಲ. ಅಲ್ಲಿಗೆ ಹೋದ ಮೇಲೆಯೇ ತಾವು ಏನೆಲ್ಲಾ ಸರಿಯಾಗಿ ಮಾಡಿಲ್ಲ ಎಂಬ ಪಟ್ಟಿ ಅವರಿಗೆ ಸಿಗುವುದು!

ಆಮೇಲೆ, ಆ ವ್ಯಕ್ತಿಗೆ 'ನಿನಗೆ ಈ ಬಾರಿ ಬೋನಸ್ ಇಲ್ಲ ಅಥವಾ ಬಡ್ತಿ (promotion) ಸಿಗುವುದಿಲ್ಲ' ಎಂದು ಹೇಳಿದಾಗ ಅವರಿಗೆ ಏನನ್ನಿಸಬಹುದು? ತಾನು ಬೇರೆ ಎಲ್ಲಾದರೂ ಕೆಲಸ ಮಾಡಬೇಕಿತ್ತು ಎಂದು ಅವರಿಗೆ ಅನಿಸಲು ಎಷ್ಟು ಹೊತ್ತು ಬೇಕು?"

"ಇದಕ್ಕೆ ಉತ್ತರ ನನಗೊತ್ತು. ಕೇವಲ ಒಂದು ನಿಮಿಷ!" ಯುವಕ ತಮಾಷೆ ಮಾಡಿದ.

ಮ್ಯಾನೇಜರ್ ಜೋರಾಗಿ ನಕ್ಕರು.

"ಆದರೆ ಮ್ಯಾನೇಜರ್‌ಗಳು ಒಬ್ಬ ವ್ಯಕ್ತಿಯನ್ನು ಇಂತಹ ಇಕ್ಕಟ್ಟಿಗೆ ಯಾಕೆ ಸಿಲುಕಿಸುತ್ತಾರೆ?" ಎಂದು ಯುವಕ ಕೇಳಿದ.

"ಯಾಕೆಂದರೆ, ಅದರಿಂದ ಅವರು 'ಸಮರ್ಥರು' ಎಂದು ಕಾಣಿಸಿಕೊಳ್ಳಬಹುದು," ಎಂದರು ಮ್ಯಾನೇಜರ್.

"ಅದರ ಅರ್ಥವೇನು?" ಎಂದು ಯುವಕ ಕುತೂಹಲದಿಂದ ಕೇಳಿದ.

"ಒಂದು ವೇಳೆ ನಿಮ್ಮ ಕೈಕೆಳಗಿನ ಪ್ರತಿಯೊಬ್ಬರಿಗೂ ನೀವು ಪರ್ಫಾರ್ಮೆನ್ಸ್ ರಿವ್ಯೂನಲ್ಲಿ ಅತ್ಯುನ್ನತ ಶ್ರೇಣಿ (Highest Rating) ನೀಡಿಬಿಟ್ಟರೆ, ನಿಮ್ಮ ಬಾಸ್ ನಿಮ್ಮ ಬಗ್ಗೆ ಏನಂದುಕೊಳ್ಳಬಹುದು?" ಮ್ಯಾನೇಜರ್ ಕೇಳಿದರು.

"ಬಹುಶಃ ನನ್ನನ್ನು ಒಬ್ಬ 'ಮೃದು ಮನಸ್ಸಿನವನು' ಅಥವಾ 'ಯಾರಿಗೆ ಒಳ್ಳೆಯ ಕೆಲಸ ಮತ್ತು ಕೆಟ್ಟ ಕೆಲಸದ ನಡುವೆ ವ್ಯತ್ಯಾಸವೇ ತಿಳಿಯುವುದಿಲ್ಲವೋ ಅಂಥವನು' ಎಂದು ಕರೆಯಬಹುದು."

"ನಿಖರವಾಗಿ," ಎಂದರು ಮ್ಯಾನೇಜರ್. "ಹೆಚ್ಚಿನ ಸಂಸ್ಥೆಗಳಲ್ಲಿ ಒಬ್ಬ ಮ್ಯಾನೇಜರ್ ತಾನು ಸಮರ್ಥ ಎಂದು ತೋರಿಸಿಕೊಳ್ಳಬೇಕೆಂದರೆ, ತನ್ನ ತಂಡದವರು ತಪ್ಪು ಮಾಡುತ್ತಿದ್ದಾರೆ ಎಂದು ಹುಡುಕಿ ತೋರಿಸಲೇಬೇಕು! ಅವರ ಲೆಕ್ಕಾಚಾರದ ಪ್ರಕಾರ ತಂಡದಲ್ಲಿ ಕೆಲವರು ಗೆಲ್ಲುವವರು ಇರಬೇಕು, ಕೆಲವರು ಸೋಲುವವರು (Losers) ಇರಬೇಕು ಮತ್ತು ಉಳಿದವರೆಲ್ಲಾ ಮಧ್ಯದಲ್ಲಿ ಯಾವುದೋ ಒಂದು ಹಂತದಲ್ಲಿರಬೇಕು."

"ನನಗೊಂದು ಹಳೆಯ ಘಟನೆ ನೆನಪಾಗುತ್ತಿದೆ. ಒಮ್ಮೆ ನನ್ನ ಮಗನ ಶಾಲೆಗೆ ಹೋದಾಗ, ಐದನೇ ತರಗತಿಯ ಶಿಕ್ಷಕಿಯೊಬ್ಬರು ಮಕ್ಕಳಿಗೆ ಭೂಗೋಳ ಶಾಸ್ತ್ರದ ಪರೀಕ್ಷೆ ನಡೆಸುತ್ತಿದ್ದರು. ಆ ಸಮಯದಲ್ಲಿ ಮಕ್ಕಳಿಗೆ ಮ್ಯಾಪ್ (ನಕ್ಷೆ) ಬಳಸಲು ಯಾಕೆ ಅನುಮತಿ ನೀಡಿಲ್ಲ ಎಂದು ನಾನು ಕೇಳಿದೆ. ಅದಕ್ಕೆ ಅವರು, 'ನಾನು ಹಾಗೆ ಮಾಡಿದರೆ ಎಲ್ಲ ಮಕ್ಕಳಿಗೂ 100ಕ್ಕೆ 100 ಅಂಕಗಳು ಬಂದುಬಿಡುತ್ತವೆ!' ಎಂದರು. ಅಂದರೆ ಎಲ್ಲರೂ ಚೆನ್ನಾಗಿ ಪರೀಕ್ಷೆ ಬರೆದು 'ಎ' ಗ್ರೇಡ್ ಪಡೆಯುವುದು ಯಾವುದೋ ದೊಡ್ಡ ತಪ್ಪು ಎನ್ನುವಂತಿತ್ತು ಅವರ ಧೋರಣೆ."

"ಕೈಯಲ್ಲಿರುವ ಸಂಪನ್ಮೂಲಗಳನ್ನು ಸರಿಯಾಗಿ ಬಳಸಿಕೊಳ್ಳುವಲ್ಲಿ ಎಲ್ಲರೂ ಸಮರ್ಥರಿಲ್ಲದಿರಬಹುದು, ಹಾಗಾಗಿ ಎಲ್ಲರಿಗೂ 'ಎ' ಗ್ರೇಡ್ ಬರದೇ ಇರಬಹುದು. ಆದರೆ ಪ್ರತಿಯೊಬ್ಬರಿಗೂ ಗೆಲ್ಲುವ ಅವಕಾಶವಿರುವಂತಹ ಒಂದು ವ್ಯವಸ್ಥೆಯನ್ನು ನಾವು ಯಾಕೆ ರೂಪಿಸಬಾರದು?"

ಮ್ಯಾನೇಜರ್ ಮುಂದುವರಿಸಿದರು, "ನನಗೊಂದು ವಿಷಯ ನೆನಪಾಗುತ್ತಿದೆ. ಹಿಂದೆ ಪ್ರತಿಯೊಬ್ಬರೂ ತಮ್ಮ ಫೋನ್ ನಂಬರ್ ನೆನಪಿಟ್ಟುಕೊಳ್ಳುತ್ತಿದ್ದ ಕಾಲದಲ್ಲಿ, ಯಾರೋ ಪ್ರತಿಭಾವಂತ ಆಲ್ಬರ್ಟ್ ಐನ್‌ಸ್ಟೈನ್ ಅವರನ್ನೇ ಅವರ ಫೋನ್ ನಂಬರ್ ಕೇಳಿದರಂತೆ. ಆಗ ಅವರು ಫೋನ್ ಡೈರೆಕ್ಟರಿ (ಪುಸ್ತಕ) ತೆಗೆದು ತಮ್ಮ ನಂಬರ್ ಏನು ಎಂದು ಹುಡುಕಿದರಂತೆ!"

"ಬೇರೆ ಕಡೆ ಸುಲಭವಾಗಿ ಸಿಗುವ ಮಾಹಿತಿಯನ್ನು ತಲೆಯಲ್ಲಿ ತುಂಬಿಸಿಕೊಂಡು ಮನಸ್ಸನ್ನು ಗೊಂದಲ ಮಾಡಿಕೊಳ್ಳುವುದು ಅವರಿಗೆ ಇಷ್ಟವಿರಲಿಲ್ಲ."

"ಈಗ ಹೇಳಿ, ಆ ಕಾಲದಲ್ಲಿ ತನ್ನ ಸ್ವಂತ ನಂಬರ್ ಅನ್ನೇ ಪುಸ್ತಕದಲ್ಲಿ ಹುಡುಕುವ ವ್ಯಕ್ತಿಯನ್ನು ನೋಡಿದರೆ ನಿಮಗೇನನ್ನಿಸುತ್ತದೆ? ಅವನು ಗೆಲ್ಲುವವನು ಅನ್ನಿಸುತ್ತಾ ಅಥವಾ ಸೋಲುವವನು ಅನ್ನಿಸುತ್ತಾ?"

ಯುವಕ ನಸುನಗುತ್ತಾ ಹೇಳಿದ, "ಬಹುಶಃ ಸೋಲುವವನು (Loser) ಅಂತಲೇ ಅನ್ನಿಸುತ್ತದೆ."

"ಖಂಡಿತ," ಮ್ಯಾನೇಜರ್ ಉತ್ತರಿಸಿದರು. "ನನಗೂ ಹಾಗೆಯೇ ಅನ್ನಿಸುತ್ತದೆ. ಆದರೆ ನಾವಿಬ್ಬರೂ ಅಂದುಕೊಂಡಿದ್ದು ತಪ್ಪು, ಅಲ್ವಾ?"

ಯುವಕ ಹೌದು ಎಂಬಂತೆ ತಲೆಯಾಡಿಸಿದ.

"ಇಂತಹ ತಪ್ಪು ಮಾಡುವುದು ನಮ್ಮಲ್ಲಿ ಯಾರಿಗಾದರೂ ಸಹಜ," ಎಂದ ಮ್ಯಾನೇಜರ್, ತನ್ನ ಕಂಪ್ಯೂಟರ್ ಪರದೆಯ ಮೇಲೆ ಏನನ್ನೋ ತೋರಿಸುತ್ತಾ ಹೇಳಿದರು, "ಇದನ್ನು ನೋಡಿ."

*

"ಪ್ರತಿಯೊಬ್ಬರಲ್ಲೂ
ಒಬ್ಬ ಗೆಲ್ಲುವವನು ಅಡಗಿದ್ದಾನೆ.
ಕೆಲವರು ಮೇಲ್ನೋಟಕ್ಕೆ
ಸೋತವರಂತೆ ಕಾಣಬಹುದು,
ಆದರೆ ಅವರ ಆ ಹೊರನೋಟಕ್ಕೆ
ನೀವು ಮರುಳಾಗಬೇಡಿ."

*

"ನೋಡಿ," ಮ್ಯಾನೇಜರ್ ಹೇಳಿದರು, "ಒಬ್ಬ ಮ್ಯಾನೇಜರ್ ಆಗಿ ನಿಮ್ಮ ಮುಂದೆ ಮೂರು ಆಯ್ಕೆಗಳಿರುತ್ತವೆ. ಮೊದಲನೆಯದು—ನೀವು 'ಗೆಲ್ಲುವವರನ್ನೇ' (Winners) ಕೆಲಸಕ್ಕೆ ತಗೋಬಹುದು. ಆದರೆ ಅಂಥವರು ಸಿಗುವುದು ಕಷ್ಟ ಮತ್ತು ಅವರಿಗಾಗಿ ನೀವು ಹೆಚ್ಚು ಹಣ ವ್ಯಯಿಸಬೇಕಾಗುತ್ತದೆ.

ಎರಡನೆಯದು—ಒಂದು ವೇಳೆ ಗೆಲ್ಲುವವರು ಸಿಗದಿದ್ದರೆ, ಗೆಲ್ಲುವ ಸಾಮರ್ಥ್ಯವಿರುವವರನ್ನು ಕೆಲಸಕ್ಕೆ ಸೇರಿಸಿಕೊಳ್ಳುವುದು. ನಂತರ, ಆ ವ್ಯಕ್ತಿಯನ್ನು ಒಬ್ಬ ಯಶಸ್ವಿ ವಿಜೇತನನ್ನಾಗಿ ವ್ಯವಸ್ಥಿತವಾಗಿ ರೂಪಿಸುವುದು.

ಒಂದು ವೇಳೆ ಈ ಮೊದಲಿನ ಎರಡೂ ಆಯ್ಕೆಗಳು ನಿಮಗೆ ಬೇಡವೆನಿಸಿದರೆ—ಯಾಕೆಂದರೆ ಉತ್ತಮ ನೌಕರರಿಗೆ ಸಂಬಳ ನೀಡಲು ಅಥವಾ ಯಾರನ್ನಾದರೂ ಬೆಳೆಸಲು ಸಮಯ ಕೊಡಲು ಸಿದ್ಧರಿಲ್ಲದ ಎಷ್ಟೋ ಮ್ಯಾನೇಜರ್‌ಗಳನ್ನು ನಾನು ದಿನನಿತ್ಯ ನೋಡುತ್ತಿರುತ್ತೇನೆ—ಅಂತವರಿಗೆ ಉಳಿದಿರುವ ಮೂರನೇ ದಾರಿ ಮಾತ್ರ, ಎಂದರೆ ಅದು 'ಪ್ರಾರ್ಥನೆ' ಮಾತ್ರ!"

ಇದನ್ನು ಕೇಳಿ ಯುವಕ ಒಂದು ಕ್ಷಣ ಸ್ತಬ್ಧನಾದ. "ಪ್ರಾರ್ಥನೆಯೇ?"

ಮ್ಯಾನೇಜರ್ ಮೆಲ್ಲಗೆ ನಗುತ್ತಾ ಹೇಳಿದರು, "ಯುವಕನೇ, ಅದು ಕೇವಲ ಒಂದು ತಮಾಷೆ ಅಷ್ಟೇ. ಆದರೆ ಸ್ವಲ್ಪ ಆಳವಾಗಿ ಯೋಚಿಸಿದರೆ, ಎಷ್ಟೋ ಮ್ಯಾನೇಜರ್‌ಗಳು ಪ್ರತಿದಿನ ಇದೇ ಪ್ರಾರ್ಥನೆ ಮಾಡುತ್ತಿರುತ್ತಾರೆ: 'ದೇವರೇ, ಹೇಗಾದರೂ ಮಾಡಿ ಈ ಮನುಷ್ಯ ಸರಿಯಾಗಿ ಕೆಲಸ ಮಾಡುವಂತೆ ಮಾಡಪ್ಪ' ಎಂದು!"

ಯುವಕ ನಕ್ಕ ಮತ್ತು ಅಂದ, "ಒಂದು ವೇಳೆ ನೀವು ಮೊದಲೇ ಸಮರ್ಥರನ್ನೇ (Winner) ಕೆಲಸಕ್ಕೆ ತಗೊಂಡರೆ, ಆಗ 'ಒನ್ ಮಿನಿಟ್ ಮ್ಯಾನೇಜರ್' ಆಗುವುದು ತುಂಬಾ ಸುಲಭ ಅಲ್ವಾ?"

"ಖಂಡಿತ," ಮ್ಯಾನೇಜರ್ ಮುಗುಳ್ನಗುತ್ತಾ ಹೇಳಿದರು. "ಯಾರು ಈಗಾಗಲೇ ವಿಜೇತರಾಗಿರುತ್ತಾರೋ, ಅಂಥವರಿಗೆ 'ಒಂದು ನಿಮಿಷದ ಗುರಿ'ಗಳನ್ನು ನಿಗದಿಪಡಿಸಿ ಚೆಂಡನ್ನು ಅವರ ಕೈಗೆ ಕೊಟ್ಟರೆ ಸಾಕು; ಆಮೇಲೆ ಅವರೇ ಆಟವನ್ನು ಮುನ್ನಡೆಸುತ್ತಾರೆ."

"ಜಾನ್ ಲೆವಿ ಅವರ ಮಾತಿನ ಪ್ರಕಾರ, ಅವರಿಗೆ ನೀವು ಅಷ್ಟನ್ನು ಸಹ ಮಾಡುವ ಅಗತ್ಯ ಇರುವುದಿಲ್ಲ ಅನ್ಸುತ್ತೆ," ಎಂದ ಯುವಕ.

ನೀವು ಹೇಳಿದ್ದು ಸರಿ," ಎಂದರು ಮ್ಯಾನೇಜರ್. "ಇಲ್ಲಿರುವ ಹೆಚ್ಚಿನವರಿಗೆ ತಿಳಿದಿರುವುದಕ್ಕಿಂತ ಹೆಚ್ಚಿನ ವಿಷಯಗಳು ಜಾನ್‌ಗೆ ತಿಳಿದಿದೆ. ಆದರೆ ಗೆಲ್ಲುವವರೇ ಆಗಿರಲಿ ಅಥವಾ ಗೆಲ್ಲುವ ಸಾಮರ್ಥ್ಯವುಳ್ಳವರೇ ಆಗಿರಲಿ, ಪ್ರತಿಯೊಬ್ಬರಿಗೂ ಸ್ಪಷ್ಟವಾದ **'ಒಂದು ನಿಮಿಷದ ಗುರಿ'**ಗಳನ್ನು ನಿಗದಿಪಡಿಸುವುದು ಉತ್ಪಾದಕ ಕೆಲಸಕ್ಕೆ ಅತ್ಯಗತ್ಯವಾದ ಅಡಿಪಾಯ."

"ಒಂದು ನಿಮಿಷದ ಗುರಿಗಳನ್ನು ಯಾರು ನಿಗದಿಪಡಿಸಿದರೂ ಸರಿ,

ಪ್ರತಿಯೊಂದು ಗುರಿಯನ್ನು ಅದರ ಗಡುವಿನೊಂದಿಗೆ (due dates) ಒಂದು ಪುಟದಲ್ಲಿ ಬರೆದಿಡಬೇಕು(ಒಂದು ಗುರಿಗೆ ಒಂದು ಪ್ರತ್ಯೇಕ ಪುಟ) ಎಂಬುದು ನಿಜವೇ?" ಎಂದು ಯುವಕ ಕೇಳಿದ.

"ಹೌದು, ಅದು ಸತ್ಯ."

"ಯಾಕೆ ಹಾಗೆ?"

"ಹಾಗಿದ್ದಾಗ ಮಾತ್ರ ಜನರು ಪ್ರತಿದಿನ ತಮ್ಮ ಗುರಿಗಳನ್ನು ತ್ವರಿತವಾಗಿ ಅವಲೋಕಿಸಲು ಮತ್ತು ಅದಕ್ಕೆ ತಕ್ಕಂತೆ ತಮ್ಮ ಕೆಲಸ ಸಾಗುತ್ತಿದೆಯೇ ಎಂದು ಪರೀಕ್ಷಿಸಿಕೊಳ್ಳಲು ಸಾಧ್ಯವಾಗುತ್ತದೆ."

"ಅಂದರೆ ನೀವು ಕೇವಲ ಮುಖ್ಯವಾದ ಗುರಿಗಳು ಮತ್ತು ಜವಾಬ್ದಾರಿಗಳನ್ನು ಮಾತ್ರ ಬರೆಸುತ್ತೀರಿ, ಕೆಲಸದ ಪ್ರತಿಯೊಂದು ಸಣ್ಣ ಅಂಶವನ್ನಲ್ಲ ಎಂಬುದು ನನಗೆ ಅರ್ಥವಾಯಿತು," ಯುವಕ ಹೇಳಿದ.

"ಹೌದು. ಯಾಕೆಂದರೆ ಗುರಿಗಳ ದೊಡ್ಡ ಪಟ್ಟಿಯನ್ನು ಎಲ್ಲೋ ಫೈಲ್ ಮಾಡಿ ಇಟ್ಟು, ವರ್ಷಕ್ಕೊಮ್ಮೆ ಪರ್ಫಾರ್ಮೆನ್ಸ್ ರಿವ್ಯೂ ಮಾಡುವಾಗ ಅಥವಾ ಮುಂದಿನ ವರ್ಷದ ಗುರಿಗಳನ್ನು ನಿಗದಿಪಡಿಸುವಾಗ ಮಾತ್ರ ಅದನ್ನು ಹೊರತೆಗೆದು ನೋಡುವ ಹವ್ಯಾಸ ನನಗೆ ಇಷ್ಟವಿಲ್ಲ."

ಮ್ಯಾನೇಜರ್ ಮುಂದುವರಿಸುತ್ತಾ, "ನೀವು ಗಮನಿಸಿರಬಹುದು, ನಮ್ಮ ತಂಡದ ಪ್ರತಿಯೊಬ್ಬರೂ ಈ ಅಮೂಲ್ಯವಾದ ನೆನಪೋಲೆಯನ್ನು (reminder) ಸದಾ ತಮ್ಮ ಬಳಿಯೇ ಇಟ್ಟುಕೊಂಡಿರುತ್ತಾರೆ," ಎನ್ನುತ್ತಾ ಅವನಿಗೆ ಒಂದು ಕಾರ್ಡ್ ನೀಡಿದರು.

ಅದರಲ್ಲಿ ಹೀಗೆ ಬರೆಯಲಾಗಿತ್ತು:

*

"ನಿಮ್ಮ ಗುರಿಗಳನ್ನು ಗಮನಿಸಲು
ಒಂದು ನಿಮಿಷ ಸಮಯ ಮೀಸಲಿಡಿ.
ನಂತರ ನೀವು ಮಾಡುತ್ತಿರುವ ಕೆಲಸವನ್ನೊಮ್ಮೆ ನೋಡಿ;
ಅದು ನಿಮ್ಮ ಗುರಿಗಳಿಗೆ
ಹೊಂದಿಕೆಯಾಗುತ್ತಿದೆಯೇ ಎಂದು ಪರೀಕ್ಷಿಸಿಕೊಳ್ಳಿ."

*

ಆ ಮಾತುಗಳಲ್ಲಿದ್ದ ಶಕ್ತಿಯುತವಾದ ಸರಳತೆಯನ್ನು ಕಂಡು ಆ ಯುವಕ ಬೆರಗಾದ.

"ನನಗೂ ಇದರ ಒಂದು ಪ್ರತಿ ಸಿಗಬಹುದೇ?" ಎಂದು ಅವನು ಕೇಳಿದ.

"ಖಂಡಿತ," ಎಂದರು ಮ್ಯಾನೇಜರ್.

ತಾನು ಕಲಿಯುತ್ತಿದ್ದ ವಿಷಯಗಳನ್ನು ಟಿಪ್ಪಣಿ ಮಾಡಿಕೊಳ್ಳುತ್ತಾ, ಆ ಮಹತ್ವಾಕಾಂಕ್ಷಿ ಯುವಕ ಅಂದ, "ನೋಡಿ, ಇಷ್ಟು ಕಡಿಮೆ ಸಮಯದಲ್ಲಿ 'ಒಂದು ನಿಮಿಷದ ನಿರ್ವಹಣೆ'ಯ (One Minute Management) ಬಗ್ಗೆ ಪ್ರತಿಯೊಂದನ್ನೂ ಅರ್ಥಮಾಡಿಕೊಳ್ಳುವುದು ಸ್ವಲ್ಪ ಕಷ್ಟವೇ ಸರಿ."

" 'ಒಂದು ನಿಮಿಷದ ಗುರಿ'ಗಳ ಬಗ್ಗೆ ನಾನು ಇನ್ನು ಬಹಳಷ್ಟು ಕಲಿಯಬೇಕಿದೆ ನಿಜ, ಆದರೆ ನಾವು ಈಗ 'ಒಂದು ನಿಮಿಷದ ಪ್ರಶಂಸೆ'ಯ (One Minute Praisings) ಬಗ್ಗೆ ಚರ್ಚಿಸೋಣವೇ?"

ಮ್ಯಾನೇಜರ್ ನಗುತ್ತಾ ಹೇಳಿದರು, "ಖಂಡಿತ. ಅದು ಕೂಡ ಹೇಗೆ ಮತ್ತು ಏಕೆ ಕೆಲಸ ಮಾಡುತ್ತದೆ ಎಂಬ ಕುತೂಹಲ ನಿನಗೂ ಇರಬಹುದು, ಅಲ್ವಾ?"

"ಹೌದು, ಪ್ರತಿಯೊಬ್ಬರಿಗೂ ಪ್ರಶಂಸೆ ಎಂದರೆ ಇಷ್ಟವೇ. ಆದರೆ ಸ್ವಲ್ಪ ಸಮಯದ ನಂತರ ಜನರಿಗೆ ಆ ಪ್ರಶಂಸೆಗಳೆಲ್ಲಾ ಬೂಟಾಟಿಕೆ ಅಥವಾ ಕೃತಕ ಎಂದು ಅನ್ನಿಸುವುದಿಲ್ಲವೇ?" ಎಂದು ಯುವಕ ತನ್ನ ಸಂದೇಹ ವ್ಯಕ್ತಪಡಿಸಿದ.

ಮ್ಯಾನೇಜರ್ ಉತ್ತರಿಸಿದರು, "ಅದು ಆ ಪ್ರಶಂಸೆಯು ಎಷ್ಟರಮಟ್ಟಿಗೆ ಅರ್ಹವಾಗಿದೆ (Merited) ಮತ್ತು ಪ್ರಾಮಾಣಿಕವಾಗಿದೆ (Sincere) ಎಂಬುದರ ಮೇಲೆ ಅವಲಂಬಿತವಾಗಿರುತ್ತದೆ."

'ಒಂದು ನಿಮಿಷದ ಪ್ರಶಂಸೆ' ಏಕೆ ಕೆಲಸ ಮಾಡುತ್ತದೆ

"ಕೆಲವು ಉದಾಹರಣೆಗಳನ್ನು ಗಮನಿಸೋಣ. ಆಗ ಈ 'ಒಂದು ನಿಮಿಷದ ಪ್ರಶಂಸೆ' ಏಕೆ ಇಷ್ಟು ಅದ್ಭುತವಾಗಿ ಕೆಲಸ ಮಾಡುತ್ತದೆ ಎಂಬುದು ನಿಮಗೆ ಸ್ಪಷ್ಟವಾಗಬಹುದು," ಎಂದರು ಮ್ಯಾನೇಜರ್.

"ಖಂಡಿತ, ನನಗೂ ಅದು ತಿಳಿಯಬೇಕಿದೆ," ಎಂದ ಯುವಕ.

"ಮೊದಲ ಉದಾಹರಣೆ ನೋಡಿ—ಪೋಷಕರು ಮಗುವಿಗೆ ನಡೆಯಲು ಕಲಿಸುವ ರೀತಿ. ಮಗುವನ್ನು ನಿಲ್ಲಿಸಿ 'ನಡಿ' ಎಂದು ಹೇಳುವುದು, ಅದು ಬಿದ್ದ ತಕ್ಷಣ ಎತ್ತಿ ಹೊಡೆದು 'ನಿನಗೆ ನಡೆಯಲು ಹೇಳಿದ್ದೆ ಅಲ್ವಾ?' ಎಂದು ಗದರಿಸುವುದನ್ನು ನೀವು ಊಹಿಸಿಕೊಳ್ಳಲು ಸಾಧ್ಯವೇ?"

"ಬದಲಾಗಿ, ನೀವು ಮಗುವನ್ನು ನಿಲ್ಲಿಸುತ್ತೀರಿ. ಮೊದಲ ದಿನ ಅದು ಸ್ವಲ್ಪ ತತ್ತರಿಸುತ್ತಾ ನಿಂತರೂ ನೀವು ಸಂಭ್ರಮದಿಂದ 'ನೋಡು, ಮಗು ನಿಂತಿತು! ನಿಂತಿತು!' ಎಂದು ಕೂಗುತ್ತಾ ಮಗುವನ್ನು ಅಪ್ಪಿ ಮುದ್ದಾಡುತ್ತೀರಿ. ಮಾರನೇ ದಿನ ಅದು ಒಂದು ಕ್ಷಣ ನಿಂತು ಒಂದು ಹೆಜ್ಜೆ ಇಡಲು ಪ್ರಯತ್ನಿಸಿದರೆ ಸಾಕು, ನೀವು ಮುತ್ತುಗಳ ಸುರಿಮಳೆಯನ್ನೇ ಗರೆಯುತ್ತೀರಿ."

"ಕೊನೆಯಲ್ಲಿ, ಆ ಮಗುವಿಗೆ 'ನಾನು ಪ್ರಯತ್ನ ಪಟ್ಟರೆ ನನಗೆ ಪ್ರೀತಿ ಸಿಗುತ್ತದೆ' ಎಂಬ ಸತ್ಯ ಅರಿವಾಗುತ್ತದೆ. ಅದು ತನ್ನ ಕಾಲ ಮೇಲೆ ನಿಲ್ಲಲು ಮತ್ತಷ್ಟು ಹಂಬಲಿಸುತ್ತದೆ ಮತ್ತು ಅಂತಿಮವಾಗಿ ನಡೆಯಲು ಕಲಿಯುತ್ತದೆ."

"ಮಗುವಿಗೆ ಮಾತು ಕಲಿಸುವ ವಿಷಯದಲ್ಲೂ ಇದೇ ಸೂತ್ರ ಅನ್ವಯಿಸುತ್ತದೆ. ಮಗು 'ದಯವಿಟ್ಟು ನನಗೆ ಒಂದು ಲೋಟ ನೀರು ಕೊಡಿ' ಎಂಬ ಇಡೀ ವಾಕ್ಯವನ್ನು ಪೂರ್ಣವಾಗಿ ಕಲಿಯಲಿ ಎಂದು ನೀವು ಬಯಸುತ್ತೀರಿ ಎಂದಿಟ್ಟುಕೊಳ್ಳಿ. ಆ ಮಗು ಇಡೀ ವಾಕ್ಯವನ್ನು ಸ್ಪಷ್ಟವಾಗಿ ಹೇಳುವವರೆಗೂ ನೀವು ನೀರು ಕೊಡದೆ ಕಾದಿದ್ದರೆ, ಪಾಪ ಆ ಮಗು ಬಾಯಾರಿಕೆಯಿಂದಲೇ ಸತ್ತು ಹೋಗುತ್ತಿತ್ತು!"

"ನೀವು ಆರಂಭದಲ್ಲಿ ಮಗುವಿಗೆ 'ನೀರು, ನೀರು' ಎಂದು ಹೇಳಿಕೊಡುತ್ತೀರಿ. ಒಂದು ದಿನ ಇದ್ದಕ್ಕಿದ್ದಂತೆ ಆ ಮಗು 'ನೀಯು' ಎಂದು ಉಚ್ಚರಿಸುತ್ತದೆ. ತಕ್ಷಣ ನೀವು ಸಂಭ್ರಮದಿಂದ ಕುಣಿದಾಡುತ್ತೀರಿ, ಮಗುವನ್ನು ಅಪ್ಪಿ ಮುದ್ದಾಡುತ್ತೀರಿ, ಅಷ್ಟೇ

ಅಲ್ಲದೆ ಮಗು 'ನೀಯು, ನೀಯು' ಎಂದು ಹೇಳುವುದನ್ನು ಕೇಳಿಸಲು ಅಜ್ಜಿಗೆ ಫೋನ್ ಮಾಡುತ್ತೀರಿ. ಅದು ಸರಿಯಾದ 'ನೀರು' ಎಂಬ ಪದವಾಗಿರಲಿಲ್ಲ ನಿಜ, ಆದರೆ ಅದು ಆ ಪದಕ್ಕೆ ಬಹಳ ಹತ್ತಿರವಿತ್ತು.

ಈಗ, ಆ ಮಗು ಇಪ್ಪತ್ತೊಂದು ವರ್ಷದ ಯುವಕನಾಗಿ ಹೋಟೆಲ್‌ಗೆ ಹೋದಾಗ 'ಒಂದು ಲೋಟ ನೀಯು ಕೊಡಿ' ಎಂದು ಕೇಳುವುದನ್ನು ನೀವು ಖಂಡಿತ ಇಷ್ಟಪಡುವುದಿಲ್ಲ. ಹಾಗಾಗಿ ಸ್ವಲ್ಪ ಸಮಯದ ನಂತರ ನೀವು 'ನೀರು' ಎಂದು ಸರಿಯಾಗಿ ಹೇಳುವುದನ್ನು ಮಾತ್ರ ಒಪ್ಪಿಕೊಳ್ಳುತ್ತೀರಿ ಮತ್ತು ನಂತರ 'ದಯವಿಟ್ಟು' (Please) ಎಂದು ಕೇಳುವುದನ್ನು ಕಲಿಸಲು ಶುರುಮಾಡುತ್ತೀರಿ.

ಈ ಉದಾಹರಣೆಗಳು ಏನನ್ನು ತೋರಿಸುತ್ತವೆ ಎಂದರೆ—ಜನರನ್ನು ವಿಜೇತರನ್ನಾಗಿ (Winners) ರೂಪಿಸಲು ಇರುವ ಅತ್ಯಂತ ಪ್ರಮುಖ ಮತ್ತು ಸಹಜವಾದ ಮಾರ್ಗವೆಂದರೆ, ಆರಂಭದಲ್ಲಿ ಅವರು ಯಾವುದನ್ನಾದರೂ ಸರಿಸುಮಾರು ಸರಿಯಾಗಿ (Approximately right) ಮಾಡಿದಾಗ ಅದನ್ನು ಗುರುತಿಸಿ ಪ್ರೋತ್ಸಾಹಿಸುವುದು. ನಂತರ ಅಲ್ಲಿಂದ ನಿಧಾನವಾಗಿ ಪೂರ್ಣ ಯಶಸ್ಸಿನತ್ತ ಅವರನ್ನು ಕೊಂಡೊಯ್ಯುವುದು."

"ಹಾಗಾದರೆ ಆರಂಭಿಕ ಹಂತದಲ್ಲಿನ ಗುಟ್ಟು ಇದೇ," ಎಂದ ಯುವಕ. "ಯಾರಾದರೂ ಏನನ್ನಾದರೂ ಸರಿಸುಮಾರು ಸರಿಯಾಗಿ ಮಾಡಿದ್ದನ್ನು ಹಿಡಿದು ಪ್ರೋತ್ಸಾಹಿಸುವುದು, ಇದರಿಂದ ಕೊನೆಯಲ್ಲಿ ಅವರು ಅದನ್ನು ಪೂರ್ತಿಯಾಗಿ ಸರಿಯಾಗಿ ಮಾಡಲು ಕಲಿಯುತ್ತಾರೆ."

"ನಿಖರವಾಗಿ ಹೇಳಿದಿರಿ," ಎಂದರು ಮ್ಯಾನೇಜರ್. "ಹೀಗೆ ಹಂತ ಹಂತವಾದ ಗುರಿಗಳನ್ನು ನಿಗದಿಪಡಿಸುವ ಮೂಲಕ, ಅವರು ಸುಲಭವಾಗಿ ತಲುಪಬಹುದಾದ ಗುರಿಗಳನ್ನು ಸೃಷ್ಟಿಸುತ್ತಾರೆ."

"ಕೆಲಸದ ಸ್ಥಳದಲ್ಲಿ ಮಾತ್ರವಲ್ಲ, ಜೀವನದಲ್ಲೂ ಅಷ್ಟೇ... ಸಮರ್ಥರಾದವರು (Winners) ತಾವು ಮಾಡುತ್ತಿರುವುದು ಸರಿ ಎಂದು ತಮಗೆ ತಾವೇ ಅರಿತುಕೊಳ್ಳುತ್ತಾರೆ. ಹಾಗಾಗಿ ಅವರನ್ನು ಪದೇ ಪದೇ ಬೆನ್ನು ತಟ್ಟಿ ಪ್ರೋತ್ಸಾಹಿಸಬೇಕಾದ ಅಗತ್ಯ ಅಷ್ಟಾಗಿ ಇರುವುದಿಲ್ಲ. ಆದರೆ ಹೊಸದಾಗಿ ಕಲಿಯುತ್ತಿರುವವರಿಗೆ ಇತರರಿಂದ ಸಿಗುವ ಮೆಚ್ಚುಗೆ ಮತ್ತು ಪ್ರೋತ್ಸಾಹ ದೊಡ್ಡ ಶಕ್ತಿಯನ್ನು ನೀಡುತ್ತದೆ."

ಯುವಕ ಕುತೂಹಲದಿಂದ ಕೇಳಿದ, "ಅದಕ್ಕಾಗಿಯೇ ನೀವು ಹೊಸದಾಗಿ ಸೇರಿದವರನ್ನು ಆರಂಭದಲ್ಲಿ ಅತಿಯಾಗಿ ಗಮನಿಸುತ್ತೀರಾ? ಅಥವಾ ಅನುಭವಿಗಳೇ ಆದರೂ ಅವರು ಯಾವುದಾದರೂ ಹೊಸ ಪ್ರಾಜೆಕ್ಟ್ ಕೈಗೆತ್ತಿಕೊಂಡಾಗ ಅವರನ್ನು ಹೆಚ್ಚು ಗಮನಿಸುತ್ತೀರಾ?"

"ಹೌದು. ಹೆಚ್ಚಿನ ಮ್ಯಾನೇಜರ್‌ಗಳು ಜನರು ಎಲ್ಲವನ್ನೂ ನೂರಕ್ಕೆ ನೂರರಷ್ಟು ಸರಿಯಾಗಿ ಮಾಡುವವರೆಗೆ ಅವರನ್ನು ಪ್ರಶಂಸಿಸಲು ಕಾಯುತ್ತಾರೆ.

ಇದರ ಪರಿಣಾಮವಾಗಿ, ಎಷ್ಟೋ ಮಂದಿ ಎಂದಿಗೂ ಸಮರ್ಥ ಉದ್ಯೋಗಿಗಳಾಗಿ ಬೆಳೆಯುವುದೇ ಇಲ್ಲ. ಏಕೆಂದರೆ ಅವರ ಮ್ಯಾನೇಜರ್‌ಗಳು ಅವರು ಮಾಡುವ ತಪ್ಪುಗಳನ್ನು ಹುಡುಕುವುದರಲ್ಲೇ ಮುಗ್ನರಾಗಿರುತ್ತಾರೆ—ಅಂದರೆ ನಿರೀಕ್ಷಿತ ಫಲಿತಾಂಶಕ್ಕಿಂತ ಒಂದು ಸ್ವಲ್ಪವೇ ಕಡಿಮೆ ಇದ್ದರೂ ಅದನ್ನು ತಪ್ಪು ಎಂದು ಬೆರಳು ಮಾಡಿ ತೋರಿಸುತ್ತಾರೆ."

"ಇದು ಕೆಲಸವನ್ನು ಸುಧಾರಿಸುವಲ್ಲಿ ಅಷ್ಟೊಂದು ಪರಿಣಾಮಕಾರಿ ವಿಧಾನದಂತೆ ಕಾಣುತ್ತಿಲ್ಲ," ಎಂದು ಯುವಕ ಅಭಿಪ್ರಾಯಪಟ್ಟ.

"ಖಂಡಿತವಾಗಿಯೂ ಇದು ಸರಿಯಾದ ಹಾದಿಯಲ್ಲ," ಎಂದರು ಮ್ಯಾನೇಜರ್.

"ವಿಷಾದದ ಸಂಗತಿಯೆಂದರೆ, ಹೊಸಬರ ಮತ್ತು ಅನುಭವವಿಲ್ಲದವರ ಜೊತೆ ಬಹಳಷ್ಟು ಸಂಸ್ಥೆಗಳು ಇದೇ ರೀತಿ ನಡೆದುಕೊಳ್ಳುತ್ತವೆ. ಅವರನ್ನು ಕೆಲಸಕ್ಕೆ ಬರಮಾಡಿಕೊಳ್ಳುತ್ತವೆ, ಎಲ್ಲರಿಗೂ ಪರಿಚಯ ಮಾಡಿಸಿಕೊಡುತ್ತವೆ, ಆಮೇಲೆ ಅವರ ಪಾಡಿಗೆ ಅವರನ್ನು ಬಿಟ್ಟುಬಿಡುತ್ತವೆ. ಆ ಹೊಸ ಉದ್ಯೋಗಿಗಳು ಯಾವುದನ್ನಾದರೂ ಸರಿಸುಮಾರು ಸರಿಯಾಗಿ ಮಾಡಿದ್ದನ್ನು ಇವರು ಗಮನಿಸುವುದೇ ಇಲ್ಲ; ಬದಲಾಗಿ ಅವರು ಕೆಲಸದಲ್ಲಿ ಚುರುಕಾಗಿರಲಿ ಎಂಬ ಒಂದೇ ಕಾರಣಕ್ಕೆ ಆಗಾಗ ಅವರಿಗೆ ಬಿಸಿ ಮುಟ್ಟಿಸುತ್ತಿರುತ್ತಾರೆ (Zap)."

"ಇದು ಬಹಳ ಕಾಲದಿಂದಲೂ ಚಾಲ್ತಿಯಲ್ಲಿರುವ ಒಂದು ನಿರ್ವಹಣಾ ಶೈಲಿ. ನಾನು ಇದನ್ನು 'ಲೀವ್–ಅಲೋನ್–ಜ್ಯಾಪ್' (Leave-alone-zap) ಅಂದರೆ 'ಗಮನಿಸದೆ ಬಿಟ್ಟುಬಿಡು–ನಂತರ ಬಿಸಿ ಮುಟ್ಟಿಸು' ಶೈಲಿ ಎಂದು ಕರೆಯುತ್ತೇನೆ. ನೀವು ಒಬ್ಬ ವ್ಯಕ್ತಿಯನ್ನು ಅವರ ಪಾಡಿಗೆ ಬಿಟ್ಟುಬಿಡುತ್ತೀರಿ ಮತ್ತು ಅವರಿಂದ ಉತ್ತಮ ಕೆಲಸವನ್ನು ನಿರೀಕ್ಷಿಸುತ್ತೀರಿ. ಆದರೆ ಅವರು ನಿರೀಕ್ಷೆಯಂತೆ ಕೆಲಸ ಮಾಡದಿದ್ದಾಗ, ಹಠಾತ್ತನೆ ಅವರಿಗೆ ಚಾಟೀಸು ಬೀಸುತ್ತೀರಿ."

"ಹಾಗಾದರೆ ಇಂತಹ ಜನರಿಗೆ ಏನಾಗುತ್ತದೆ?" ಎಂದು ಯುವಕ ಕೇಳಿದ.

"ನೀವು ಹಲವಾರು ಸಂಸ್ಥೆಗಳಿಗೆ ಭೇಟಿ ನೀಡಿದ್ದೀರಿ, ಅಂತಹ ಉದ್ಯೋಗಿಗಳನ್ನು ನೀವೇ ಕಣ್ಣಾರೆ ಕಂಡಿರುತ್ತೀರಿ. ಅವರು ಕೇವಲ ಬಚಾವಾಗಲು ಎಷ್ಟು ಬೇಕೋ ಅಷ್ಟು ಮಾತ್ರ ಅಂದರೆ, ಸಾಧ್ಯವಿರುವಷ್ಟು ಕಡಿಮೆ ಕೆಲಸ ಮಾಡುತ್ತಾರೆ."

ಯುವಕ ನಗುತ್ತಾ ಹೇಳಿದ, "ನೀವು ಹೇಳಿದ್ದು ನೂರಕ್ಕೆ ನೂರು ನಿಜ. ನಾನು ಇದನ್ನು ನೋಡಿದ್ದೇನೆ. ಇಂತಹ ಮ್ಯಾನೇಜರ್‌ಗಳ ಜೊತೆ ಕೆಲಸ ಮಾಡಬೇಕಾಗಿ ಬಂದಾಗ, ಬಹಳಷ್ಟು ಜನರಿಗೆ ತಮ್ಮ ಕೆಲಸದಲ್ಲಿ ಯಾಕೆ ಆಸಕ್ತಿ ಇರುವುದಿಲ್ಲ ಎಂಬುದು ಈಗ ನನಗೆ ಸ್ಪಷ್ಟವಾಗಿ ಅರ್ಥವಾಗುತ್ತಿದೆ."

ಮ್ಯಾನೇಜರ್ ಅದನ್ನು ಸಮ್ಮತಿಸುತ್ತಾ ಹೇಳಿದರು, "ಅದು ಅಕ್ಷರಶಃ ಸತ್ಯ. ಅಂತಹವರು ತಾವು ಮಾಡುವ ಕೆಲಸದಲ್ಲಿ ತಲ್ಲೀನರಾಗುವುದಿಲ್ಲ ಅಥವಾ ಉತ್ತಮ ಕೆಲಸ ಮಾಡುವ ಬಗ್ಗೆ ಕಿಂಚಿತ್ತೂ ಆಸಕ್ತಿ ತೋರುವುದಿಲ್ಲ."

ಯುವಕ ಅಂದ, "ಒಂದು ನಿಮಿಷದ ಪ್ರಶಂಸೆ ಯಾಕೆ ಇಷ್ಟು ಸೊಗಸಾಗಿ ಕೆಲಸ ಮಾಡುತ್ತದೆ ಎಂದು ನನಗೀಗ ಅರ್ಥವಾಗುತ್ತಿದೆ. ಬರಿ ತಪ್ಪುಗಳ ಮೇಲೆ ಗಮನ ಇಡುವುದಕ್ಕಿಂತ ಇದು ಖಂಡಿತ ಉತ್ತಮ ಮಾರ್ಗ."

ನಂತರ ಅವನು ಮುಂದುವರಿಸುತ್ತಾ, "ತಮಾಷೆಯೆಂದರೆ, ಇದು ನನ್ನ ಕೆಲವು ಸ್ನೇಹಿತರನ್ನು ನೆನಪಿಸುತ್ತಿದೆ. ಅವರು ಹೊಸದಾಗಿ ಸಾಕುಪ್ರಾಣಿಯೊಂದನ್ನು ತಂದಿದ್ದರು ಮತ್ತು ಆ ನಾಯಿಗೆ ಶಿಸ್ತು ಕಲಿಸಲು (house-training) ತಾವು ರೂಪಿಸಿಕೊಂಡಿದ್ದ 'ಅದ್ಭುತ ಯೋಜನೆ'ಯ ಬಗ್ಗೆ ನನ್ನ ಅಭಿಪ್ರಾಯ ಕೇಳಿದ್ದರು."

"ಆ ವಿಧಾನ ಏನು ಎಂದು ಕೇಳಲಿಕ್ಕೇ ನನಗೀಗ ಭಯವಾಗಿತ್ತು," ಎಂದರು ಮ್ಯಾನೇಜರ್. "ಅವರು ಏನು ಮಾಡಲಿದ್ದಾರೆ ಅಂತೆ?"

"ಅವರು ಹೇಳಿದ ಪ್ರಕಾರ—ಒಂದು ವೇಳೆ ಆ ನಾಯಿ ಮನೆಯ ರತ್ನಗಂಬಳಿಯ (rug) ಮೇಲೆ ಮಲ-ಮೂತ್ರ ಮಾಡಿ ಅಶುದ್ಧಗೊಳಿಸಿದರೆ, ಅವರು ಆ ನಾಯಿಯನ್ನು ಹಿಡಿದು ಅದರ ಮೂಗನ್ನು ಅದಕ್ಕೇ ಉಜ್ಜುತ್ತಾರಂತೆ; ಆಮೇಲೆ ಪತ್ರಿಕೆಯಿಂದ ಅದರ ಬೆನ್ನಿಗೆ ಬಾರಿಸಿ, ಅಡುಗೆ ಮನೆಯ ತೆರೆದ ಕಿಟಕಿಯಿಂದ ಹಿತ್ತಲಿಗೆ ಎಸೆಯುತ್ತಾರಂತೆ. ಅಸಲಿಗೆ ಆ ನಾಯಿ ಹಿತ್ತಲಲ್ಲೇ ಮಲ-ಮೂತ್ರ ಮಾಡಬೇಕೆಂಬುದು ಅವರ ಆಶಯವಾಗಿತ್ತು."

ಮ್ಯಾನೇಜರ್ ಜೋರಾಗಿ ನಕ್ಕರು.

"ನಂತರ, ಈ ವಿಧಾನದಿಂದ ಏನಾಗಬಹುದು ಎಂದು ನೀನು ಅಂದುಕೊಳ್ಳುತ್ತೀಯಾ? ಎಂದು ಅವರು ನನ್ನನ್ನು ಕೇಳಿದರು. ನಾನು ನಕ್ಕೆ, ಯಾಕೆಂದರೆ ಮುಂದೆ ಏನಾಗಲಿದೆ ಎಂಬುದು ನನಗೆ ಮೊದಲೇ ತಿಳಿದಿತ್ತು—ಮತ್ತು ಸಂಭವಿಸಿದ್ದು ಕೂಡ ಅದೇ!"

"ಸುಮಾರು ಮೂರು ದಿನಗಳ ನಂತರ, ಆ ನಾಯಿ ನೆಲದ ಮೇಲೆ ಮಲ ವಿಸರ್ಜನೆ ಮಾಡಿತು ಮತ್ತು ತಕ್ಷಣವೇ ಕಿಟಕಿಯಿಂದ ಹೊರಕ್ಕೆ ಜಿಗಿಯಿತು! ಅಸಲಿಗೆ ತಾನು ಎಲ್ಲಿ ಮಲ ವಿಸರ್ಜನೆ ಮಾಡಬೇಕು ಎಂಬುದು ಆ ನಾಯಿಗೆ ತಿಳಿದಿರಲಿಲ್ಲ, ಆದರೆ ಅಲ್ಲಿ ಅನಾಹುತ ಮಾಡಿದ ಮೇಲೆ ತಕ್ಷಣ ಆ ಜಾಗ ಖಾಲಿ ಮಾಡುವುದು ತನ್ನ ಜೀವಕ್ಕೆ ಒಳ್ಳೆಯದು ಎಂಬುದು ಮಾತ್ರ ಅದಕ್ಕೆ ಚೆನ್ನಾಗಿ ಅರ್ಥವಾಗಿತ್ತು."

ಮ್ಯಾನೇಜರ್ ಮೆಚ್ಚುಗೆಯಿಂದ ನಗುತ್ತಾ ಅಂದರು, "ಇದೊಂದು ಅದ್ಭುತವಾದ ಕಥೆ! ಕಲಿಯುತ್ತಿರುವವರ ಮೇಲೆ ಶಿಕ್ಷೆಯನ್ನು (Punishment) ಪ್ರಯೋಗಿಸಿದರೆ ಅದು ಎಂದಿಗೂ ಕೆಲಸ ಮಾಡುವುದಿಲ್ಲ."

"ಇನ್ನೂ ಕಲಿಯುತ್ತಿರುವ ಮತ್ತು ಅನುಭವವಿಲ್ಲದ ಜನರನ್ನು ಶಿಕ್ಷಿಸುವ ಬದಲು, ನಾವು ಅವರಿಗೆ 'ಮರುನಿರ್ದೇಶನ' (Re-direct) ನೀಡಬೇಕು. ಅಂದರೆ, ಅವರಿಂದ ಏನನ್ನು ನಿರೀಕ್ಷಿಸಲಾಗುತ್ತಿದೆ ಮತ್ತು ಉತ್ತಮ ಕೆಲಸ ಎಂದರೆ ಹೇಗಿರುತ್ತದೆ ಎಂಬುದು ಅವರಿಗೆ ಸ್ಪಷ್ಟವಾಗಿ ಅರ್ಥವಾಗುವಂತೆ 'ಒಂದು ನಿಮಿಷದ ಗುರಿ'ಗಳನ್ನು ಮತ್ತೊಮ್ಮೆ ನಿಗದಿಪಡಿಸಬೇಕು."

ಯುವಕ ಕೇಳಿದ, "ಹಾಗಾದರೆ, ನೀವು ಹಾಗೆ ಗುರಿಗಳನ್ನು ಬದಲಿಸಿದ ನಂತರ, ಅವರು ಸರಿಸುಮಾರು ಸರಿಯಾದ ಹಾದಿಯಲ್ಲಿ ಕೆಲಸ ಮಾಡುವುದನ್ನು (Catch them doing something approximately right) ಮತ್ತೊಮ್ಮೆ ಗಮನಿಸಲು ಪ್ರಯತ್ನಿಸುತ್ತೀರಾ?"

"ಖಂಡಿತವಾಗಿಯೂ. ಆರಂಭದಲ್ಲಿ ನೀವು ಯಾವಾಗಲೂ ಸಕಾರಣವಾದ 'ಒಂದು ನಿಮಿಷದ ಪ್ರಶಂಸೆ' ನೀಡಬಹುದಾದ ಸಂದರ್ಭಗಳನ್ನು ಗುರುತಿಸಲು ಪ್ರಯತ್ನಿಸುತ್ತಿರಬೇಕು," ಎಂದರು ಮ್ಯಾನೇಜರ್.

ನಂತರ, ಆ ಯುವಕನ ಕಣ್ಣಲ್ಲಿ ಕಣ್ಣಿಟ್ಟು ನೋಡುತ್ತಾ ಮ್ಯಾನೇಜರ್ ಹೇಳಿದರು, "ನೀವು ಅತ್ಯಂತ ಉತ್ಸಾಹಿ ಮತ್ತು ವಿಷಯಗಳನ್ನು ಬೇಗನೆ ಗ್ರಹಿಸಿ ಕಲಿಯುವವರು. ನಿಮ್ಮ ಜೊತೆ 'ಒನ್ ಮಿನಿಟ್ ಮ್ಯಾನೇಜ್‌ಮೆಂಟ್'ನ ರಹಸ್ಯಗಳನ್ನು ಹಂಚಿಕೊಳ್ಳುತ್ತಿರುವುದು ನನಗೆ ಬಹಳ ಸಂತೋಷ ತಂದಿದೆ."

ಇಬ್ಬರೂ ಮುಗುಳ್ನಕ್ಕರು. ಮ್ಯಾನೇಜರ್ ಆಡಿದ್ದು ಒಂದು 'ಒಂದು ನಿಮಿಷದ ಪ್ರಶಂಸೆ' ಎಂಬುದು ಅವರಿಬ್ಬರಿಗೂ ಕೇಳಿದ ತಕ್ಷಣ ಅರ್ಥವಾಗಿತ್ತು.

ಯುವಕ ಅಂದ, "ನನಗೆ 'ಮರುನಿರ್ದೇಶನ'ಕ್ಕಿಂತ (Re-Direct) 'ಪ್ರಶಂಸೆ' ಸಿಗುವುದೇ ಹೆಚ್ಚು ಇಷ್ಟ. 'ಒಂದು ನಿಮಿಷದ ಗುರಿ'ಗಳು ಮತ್ತು 'ಪ್ರಶಂಸೆ'ಗಳು ಏಕೆ ಕೆಲಸ ಮಾಡುತ್ತವೆ ಎಂಬುದು ಈಗ ನನಗೆ ಅರ್ಥವಾಗಿದೆ; ಅವು ತರ್ಕಬದ್ಧವಾಗಿವೆ. ಆದರೆ, ಈ 'ಒಂದು ನಿಮಿಷದ ಮರುನಿರ್ದೇಶನ'ಗಳು ಏಕೆ ಅಷ್ಟು ಪರಿಣಾಮಕಾರಿಯಾಗಿ ಕೆಲಸ ಮಾಡುತ್ತವೆ?"

ಒಂದು ನಿಮಿಷದ ಮರುನಿರ್ದೇಶನ ಏಕೆ ಕೆಲಸ ಮಾಡುತ್ತದೆ

ಮ್ಯಾನೇಜರ್ ವಿವರಿಸಿದರು, "ಒಂದು ನಿಮಿಷದ ಮರುನಿರ್ದೇಶನಗಳು (One Minute Re-Directs) ಏಕೆ ಇಷ್ಟು ಅದ್ಭುತವಾಗಿ ಕೆಲಸ ಮಾಡುತ್ತವೆ ಎಂಬುದಕ್ಕೆ ಹಲವಾರು ಕಾರಣಗಳಿವೆ.

ಮೊದಲನೆಯದಾಗಿ, ಇಲ್ಲಿ ಪ್ರತಿಕ್ರಿಯೆಯು (feedback) ಸಣ್ಣ ಪ್ರಮಾಣದಲ್ಲಿರುತ್ತದೆ. ಏಕೆಂದರೆ ನೀವು ತಪ್ಪುಗಳನ್ನು ಅವು ಆರಂಭವಾದ ತಕ್ಷಣವೇ ಗುರುತಿಸಿರುತ್ತೀರಿ.

ಬಹಳಷ್ಟು ಮ್ಯಾನೇಜರ್‌ಗಳು ತಮ್ಮ ಪ್ರತಿಕ್ರಿಯೆಗಳನ್ನು 'ಗನ್ನಿಸ್ಯಾಕ್' (Gunnysack – ಗೋಣಿ ಚೀಲದಲ್ಲಿ ತುಂಬಿಡುವುದು) ಮಾಡುತ್ತಾರೆ. ಅಂದರೆ, ಅವರು ಉದ್ಯೋಗಿಯ ತಪ್ಪು ನಡವಳಿಕೆಗಳನ್ನು ಗಮನಿಸುತ್ತಾ ಹೋಗುತ್ತಾರೆ, ಆದರೆ ಅದನ್ನು ಹೇಳದೆ ತಮ್ಮಲ್ಲಿ ಹತಾಶೆ ಮತ್ತು ಸಿಟ್ಟು ತುಂಬಿಕೊಳ್ಳುವವರೆಗೂ ಸುಮ್ಮನಿರುತ್ತಾರೆ.

ಯಾವಾಗ ಪರ್ಫಾರ್ಮೆನ್ಸ್ ರಿವ್ಯೂ ಸಮಯ ಬರುತ್ತದೋ, ಆ ಹೊತ್ತಿಗೆ ಅವರ 'ತಪ್ಪುಗಳ ಚೀಲ' ಪೂರ್ತಿ ತುಂಬಿರುತ್ತದೆ. ಆಗ ಆ ಮ್ಯಾನೇಜರ್‌ಗಳು ಸಿಟ್ಟಿನ ಭರದಲ್ಲಿ ಆ ಎಲ್ಲಾ ತಪ್ಪುಗಳ ಪಟ್ಟಿಯನ್ನು ಒಂದೇ ಬಾರಿಗೆ ಉದ್ಯೋಗಿಯ ಮೇಲೆ ಸುರಿದುಬಿಡುತ್ತಾರೆ!

ಕಳೆದ ಹಲವಾರು ವಾರಗಳು, ತಿಂಗಳುಗಳು ಅಥವಾ ಅದಕ್ಕಿಂತಲೂ ಹಳೆಯದಾದ ಪ್ರತಿಯೊಂದು ಸಣ್ಣ ತಪ್ಪನ್ನೂ ಅವರು ಆಗ ಎಳೆಎಳೆಯಾಗಿ ಬಿಚ್ಚಿಡುತ್ತಾರೆ.

ಒಬ್ಬ ವ್ಯಕ್ತಿಯ ಕೆಟ್ಟ ಕೆಲಸದ ಬಗ್ಗೆ ಹೀಗೆ ನಕಾರಾತ್ಮಕ ಭಾವನೆಗಳನ್ನು ಕೂಡಿಟ್ಟುಕೊಳ್ಳುವುದು ಅವರಿಗೆ ಮಾಡುವ ಅನ್ಯಾಯವಾಗಿದೆ. ಅಷ್ಟೇ ಅಲ್ಲ, ಇದು ಕೆಲಸವನ್ನು ಸುಧಾರಿಸುವಲ್ಲಿ ಸ್ವಲ್ಪವೂ ಪರಿಣಾಮಕಾರಿಯಲ್ಲ."

ಯುವಕ ದೀರ್ಘವಾಗಿ ನಿಟ್ಟುಸಿರು ಬಿಡುತ್ತಾ ಅಂದ, "ಇದು ಅಕ್ಷರಶಃ ಸತ್ಯ. ನಮ್ಮ ಮನೆಗಳಲ್ಲೂ ಸಾಮಾನ್ಯವಾಗಿ ಹೀಗೆಯೇ ನಡೆಯುತ್ತಿರುತ್ತದೆ!"

"ಹೌದು, ಕೆಲವು ಪೋಷಕರು ಮತ್ತು ಸಂಗಾತಿಗಳೂ ಹೀಗೆಯೇ ಮಾಡುತ್ತಾರೆ, ಮತ್ತು ಅವರಿಗೂ ಅದೇ ರೀತಿಯ ಕೆಟ್ಟ ಫಲಿತಾಂಶವೇ ಸಿಗುತ್ತದೆ.

ಹೀಗೆ ತಪ್ಪುಗಳನ್ನು ಕೂಡಿಟ್ಟುಕೊಂಡು ಒಂದೇ ಬಾರಿಗೆ ಹೇಳಿದಾಗ ಏನಾಗುತ್ತದೆ ಎಂದರೆ—ಜನರು ಸಾಮಾನ್ಯವಾಗಿ ಆ ವಿಷಯಗಳ ಬಗ್ಗೆ ತರ್ಕಿಸಲು ಅಥವಾ ವಾದಿಸಲು ಶುರು ಮಾಡುತ್ತಾರೆ, ಇಲ್ಲವೇ ಏನೂ ಮಾತನಾಡದೆ ಮೌನವಾಗಿ ಒಳಗೊಳಗೆ ಅಸಮಾಧಾನ (Resentful) ಬೆಳೆಸಿಕೊಳ್ಳುತ್ತಾರೆ. ಹೆಚ್ಚಾಗಿ, ಟೀಕೆಗೊಳಗಾದ ವ್ಯಕ್ತಿ ತನ್ನನ್ನು ತಾನು ಸಮರ್ಥಿಸಿಕೊಳ್ಳಲು (Defensive) ಪ್ರಯತ್ನಿಸುತ್ತಾನೆಯೇ ಹೊರತು, ತಾನು ಮಾಡಿದ ತಪ್ಪನ್ನು ಒಪ್ಪಿಕೊಳ್ಳುವುದಿಲ್ಲ.

ಇದು ಸಂವಹನದ ಅದೇ 'ಲೀವ್-ಅಲೋನ್-ಜ್ಯಾಪ್' (ಗಮನಿಸದೆ ಬಿಟ್ಟುಬಿಡು-ನಂತರ ಬಿಸಿ ಮುಟ್ಟಿಸು) ಪದ್ಧತಿಯ ಇನ್ನೊಂದು ರೂಪ ಅಷ್ಟೆ.

ಒಂದು ವೇಳೆ ಮ್ಯಾನೇಜರ್‌ಗಳು ತಪ್ಪು ನಡೆದ ತಕ್ಷಣವೇ ಅದನ್ನು ಪ್ರಸ್ತಾಪಿಸಿದರೆ, ಅವರು ಒಂದೊಂದು ವರ್ತನೆಯನ್ನು ಅಥವಾ ತಪ್ಪನ್ನು ಪ್ರತ್ಯೇಕವಾಗಿ ಸರಿಪಡಿಸಬಹುದು. ಆಗ ಎದುರಿಗಿರುವ ವ್ಯಕ್ತಿಗೆ ಅದು ಅತಿಯಾದ ಹೊರೆ ಎನಿಸುವುದಿಲ್ಲ. ಅಷ್ಟೇ ಅಲ್ಲ, ಮ್ಯಾನೇಜರ್ ಆ ಟೀಕೆಯನ್ನು ಯಾವ ಉತ್ತಮ ಉದ್ದೇಶದಿಂದ ನೀಡಿದ್ದಾರೋ, ಅದೇ ರೀತಿ ಅದನ್ನು ಸ್ವೀಕರಿಸುವ ಸಾಧ್ಯತೆಯೂ ಹೆಚ್ಚಿರುತ್ತದೆ. ಅದಕ್ಕಾಗಿಯೇ ನಾನು ಹೇಳುವುದು—'ಪರ್ಫಾರ್ಮೆನ್ಸ್ ರಿವ್ಯೂ' ಎಂಬುದು ನಿರಂತರವಾಗಿ ನಡೆಯುವ ಪ್ರಕ್ರಿಯೆಯಾಗಬೇಕೇ ಹೊರತು, ವರ್ಷಕ್ಕೊಮ್ಮೆ ಮಾಡುವ ವಿಧಿವಿಧಾನವಾಗಬಾರದು."

"ಹಾಗಾದರೆ, ಈ 'ಮರುನಿರ್ದೇಶನ' (Re-Direct) ಕೆಲಸ ಮಾಡುವುದು ಇದೇ ಕಾರಣಕ್ಕಾಗಿಯೇ? ಮ್ಯಾನೇಜರ್ ಒಬ್ಬ ವ್ಯಕ್ತಿಯ ಕೇವಲ ಒಂದು ವರ್ತನೆಯನ್ನು ನ್ಯಾಯಯುತವಾಗಿ ಮತ್ತು ಸ್ಪಷ್ಟವಾಗಿ ಎತ್ತಿ ತೋರಿಸುವುದರಿಂದ, ಆ ವ್ಯಕ್ತಿಗೆ ಆ ಮಾತುಗಳು ಸರಿಯಾಗಿ ಅರ್ಥವಾಗುತ್ತವೆ ಅಲ್ಲವೇ?" ಎಂದು ಯುವಕ ಕೇಳಿದ.

"ಹೌದು. ನಾವು ಆ ಕೆಟ್ಟ ನಡವಳಿಕೆಯನ್ನು ಹೋಗಲಾಡಿಸಬೇಕು, ಆದರೆ ಆ ಒಳ್ಳೆಯ ವ್ಯಕ್ತಿಯನ್ನು ನಮ್ಮ ಜೊತೆಯಲ್ಲೇ ಉಳಿಸಿಕೊಳ್ಳಬೇಕು. ಯಾರೋ ಒಬ್ಬರು ತಪ್ಪು ಮಾಡಿದರು ಎಂಬ ಕಾರಣಕ್ಕೆ ನೀವು ಆ ವ್ಯಕ್ತಿಯ ವ್ಯಕ್ತಿತ್ವದ ಮೇಲೆ ದಾಳಿ ಮಾಡಬಾರದು," ಮ್ಯಾನೇಜರ್ ಉತ್ತರಿಸಿದರು.

"ಅದಕ್ಕಾಗಿಯೇ ನೀವು ಮರುನಿರ್ದೇಶನದ ಎರಡನೇ ಹಂತದಲ್ಲಿ ಜನರನ್ನು ಪ್ರಶಂಸಿಸುವುದಕ್ಕೆ ಒತ್ತು ನೀಡುತ್ತೀರಾ?"

"ಖಂಡಿತ. ನಮ್ಮ ಗುರಿ ಜನರನ್ನು ಕುಗ್ಗಿಸುವುದಲ್ಲ, ಬದಲಾಗಿ ಅವರನ್ನು ಬೆಳೆಸುವುದು. ನಮ್ಮ ಆತ್ಮಗೌರವಕ್ಕೆ ಅಥವಾ ವ್ಯಕ್ತಿತ್ವಕ್ಕೆ ಧಕ್ಕೆ ಬಂದಾಗ, ನಮಗೆ ನಮ್ಮನ್ನು ಮತ್ತು ನಮ್ಮ ಕಾರ್ಯಗಳನ್ನು ಸಮರ್ಥಿಸಿಕೊಳ್ಳುವ ಅನಿವಾರ್ಯತೆ ಕಾಡುತ್ತದೆ. ಕೆಲವೊಮ್ಮೆ ಸತ್ಯವನ್ನು ತಿರುಚಿಯಾದರೂ ನಾವು ಬಚಾವಾಗಲು ನೋಡುತ್ತೇವೆ. ಜನರು ಯಾವಾಗ ಹೀಗೆ ತಮ್ಮನ್ನು ಸಮರ್ಥಿಸಿಕೊಳ್ಳಲು (Defensive) ಶುರು ಮಾಡುತ್ತಾರೋ, ಆಗ ಅವರು ಹೊಸದನ್ನು ಕಲಿಯಲು ಸಾಧ್ಯವಿಲ್ಲ."

"ಆದ್ದರಿಂದ, ನೀವು ಅವರ ವರ್ತನೆಯನ್ನು (Behavior) ಮತ್ತು ಅವರ

ವ್ಯಕ್ತಿತ್ವದ ಮೌಲ್ಯವನ್ನು (Worth) ಬೇರ್ಪಡಿಸಬೇಕು. ತಪ್ಪನ್ನು ಪತ್ತೆಹಚ್ಚಿದ ನಂತರವೂ ಅವರನ್ನು ಗೌರವಿಸಿದರೆ, ನೀವು ಅವರ ವ್ಯಕ್ತಿತ್ವದ ಮೇಲೆ ದಾಳಿ ಮಾಡುತ್ತಿಲ್ಲ, ಬದಲಾಗಿ ಅವರ ಕೆಲಸದ ಸುಧಾರಣೆಯ ಮೇಲೆ ಗಮನ ಹರಿಸಿದ್ದೀರಿ ಎಂಬುದು ಅವರಿಗೆ ಮನವರಿಕೆಯಾಗುತ್ತದೆ."

"ನೀವು ಸಂಭಾಷಣೆ ಮುಗಿಸಿ ಹೊರಬಂದಾಗ, ಆ ವ್ಯಕ್ತಿಗೆ 'ನಾನು ಏನು ತಪ್ಪು ಮಾಡಿದೆ' ಎಂಬ ಅರಿವು ಮತ್ತು ಅದರ ಬಗ್ಗೆ ಕಾಳಜಿ ಇರಬೇಕು. ಅದಕ್ಕೆ ಬದಲು, ಅವರು ತಮ್ಮ ಸಹೋದ್ಯೋಗಿಗಳ ಬಳಿ ಹೋಗಿ 'ನನ್ನ ಮ್ಯಾನೇಜರ್ ನನ್ನನ್ನು ಸರಿಯಾಗಿ ನಡೆಸಿಕೊಳ್ಳಲಿಲ್ಲ' ಅಥವಾ 'ನನ್ನ ಬಾಸ್ ಅಂದ್ರೆ ನನಗೆ ಇಷ್ಟವಿಲ್ಲ' ಎಂದು ದೂರುವಂತಾಗಬಾರದು."

"ಒಂದು ವೇಳೆ ನೀವು ಅವರ ವ್ಯಕ್ತಿತ್ವವನ್ನೇ ನಿಂದಿಸಿದರೆ, ಆ ವ್ಯಕ್ತಿ ತನ್ನ ತಪ್ಪಿನ ಜವಾಬ್ದಾರಿಯನ್ನು ಹೊರುವುದಿಲ್ಲ. ಆಗ ಕೊನೆಗೆ ಮ್ಯಾನೇಜರ್ ಅವರೇ ಎಲ್ಲರ ಕಣ್ಣಲ್ಲಿ ಒಬ್ಬ 'ವಿಲನ್' ಆಗಿಬಿಡುತ್ತಾರೆ!"

ಯುವಕ ಕೇಳಿದ, "ನೀವು ಮರುನಿರ್ದೇಶನ ನೀಡುವಾಗ (Re-Direct) ಮೊದಲು ಪ್ರಶಂಸೆ ಮಾಡಿ, ಆಮೇಲೆ ತಪ್ಪುಗಳನ್ನು ಎತ್ತಿ ತೋರಿಸಬಾರದೇಕೆ?"

"ಯಾಕೋ ಏನೋ, ಆ ರೀತಿ ಮಾಡಿದರೆ ಅದು ಅಷ್ಟೊಂದು ಪರಿಣಾಮಕಾರಿಯಾಗಿ ಕೆಲಸ ಮಾಡುವುದಿಲ್ಲ. ಕೆಲವರು ನನ್ನನ್ನು 'ಒಳ್ಳೆಯವನು ಮತ್ತು ಕಠಿಣ' (Nice and tough) ಮ್ಯಾನೇಜರ್ ಎನ್ನುತ್ತಾರೆ. ಆದರೆ ವಾಸ್ತವವಾಗಿ ಹೇಳಬೇಕೆಂದರೆ, ನಾನು ಮೊದಲು 'ಕಠಿಣ ಮತ್ತು ಆಮೇಲೆ ಮೃದು' (Tough and nice)."

"ಕಠಿಣ ಮತ್ತು ಮೃದುವಾ?" ಯುವಕ ಆಶ್ಚರ್ಯದಿಂದ ಅದನ್ನೇ ಮರುಚ್ಚರಿಸಿದ.

"ಹೌದು, ಅದೇ ಕ್ರಮದಲ್ಲಿ. ಇದು ಸಾವಿರಾರು ವರ್ಷಗಳಿಂದ ಅತ್ಯಂತ ಪರಿಣಾಮಕಾರಿಯಾಗಿ ಕೆಲಸ ಮಾಡುತ್ತಾ ಬಂದಿರುವ ಹಳೆಯ ಸಿದ್ಧಾಂತ. ಇದನ್ನು ವಿವರಿಸಲು ಪುರಾತನ ಚೀನಾದ ಒಂದು ಕಥೆಯಿದೆ."

"ಹಿಂದೆ ಒಬ್ಬ ಚಕ್ರವರ್ತಿ ತನ್ನ ಕೆಳಗೆ ಕೆಲಸ ಮಾಡಲು ಒಬ್ಬ ಪ್ರಧಾನ ಮಂತ್ರಿಯನ್ನು ನೇಮಿಸಿಕೊಂಡನು. ಅವನು ಪ್ರಧಾನ ಮಂತ್ರಿಯಲ್ಲಿ ಹೀಗೆ ಹೇಳಿದ: 'ನಾವು ನಮ್ಮ ಕೆಲಸಗಳನ್ನು ಹಂಚಿಕೊಳ್ಳೋಣವೇ? ಶಿಕ್ಷೆ ನೀಡುವಂತಹ ಕಠಿಣ ಕೆಲಸಗಳನ್ನೆಲ್ಲಾ ನೀನು ಮಾಡು, ನಾನು ಎಲ್ಲರಿಗೂ ಬಹುಮಾನ ಮತ್ತು ಸಂಭಾವನೆ ನೀಡುವ ಕೆಲಸ ಮಾಡುತ್ತೇನೆ.' ಅದಕ್ಕೆ ಪ್ರಧಾನ ಮಂತ್ರಿ ಒಪ್ಪಿಕೊಂಡು, 'ಸರಿ ಪ್ರಭು, ನಾನು ಎಲ್ಲರಿಗೂ ಶಿಕ್ಷೆ ವಿಧಿಸುತ್ತೇನೆ, ನೀವು ಎಲ್ಲರಿಗೂ ಪ್ರತಿಫಲ ನೀಡಿ' ಎಂದನು."

"ಈ ಕಥೆ ನನಗೆ ಖಂಡಿತ ಇಷ್ಟವಾಗುತ್ತದೆ ಅನ್ನುತ್ತೆ," ಎಂದ ಯುವಕ.

"ಖಂಡಿತವಾಗಿಯೂ ನಿಮಗೆ ಇದು ಇಷ್ಟವಾಗುತ್ತದೆ," ಎಂದು ಮ್ಯಾನೇಜರ್ ಅರ್ಥಗರ್ಭಿತವಾಗಿ ನಗುತ್ತಾ ಹೇಳಿದರು.

"ನೋಡಿ, ಕೆಲವೇ ದಿನಗಳಲ್ಲಿ ಆ ಚಕ್ರವರ್ತಿ ಒಂದು ವಿಷಯವನ್ನು ಗಮನಿಸಿದ. ತಾನು ಯಾರಿಗಾದರೂ ಏನಾದರೂ ಕೆಲಸ ಹೇಳಿದರೆ, ಅವರು ಅದನ್ನು ಮಾಡಬಹುದು ಅಥವಾ ಮಾಡದೆಯೂ ಇರಬಹುದು. ಆದರೆ, ಪ್ರಧಾನ ಮಂತ್ರಿ ಏನಾದರೂ ಆಜ್ಞೆ ಮಾಡಿದರೆ ಸಾಕು, ಜನರು ತಕ್ಷಣ ಕಾರ್ಯಪ್ರವೃತ್ತರಾಗುತ್ತಿದ್ದರು."

"ಇದನ್ನು ಕಂಡು ಚಕ್ರವರ್ತಿ ಪ್ರಧಾನ ಮಂತ್ರಿಯನ್ನು ಮತ್ತೆ ಕರೆಸಿ ಹೀಗೆ ಹೇಳಿದ: 'ನಾವು ನಮ್ಮ ಜವಾಬ್ದಾರಿಗಳನ್ನು ಮತ್ತೊಮ್ಮೆ ಹಂಚಿಕೊಳ್ಳೋಣವೇ? ನೀನು ಬಹಳ ದಿನಗಳಿಂದ ಎಲ್ಲರಿಗೂ ಶಿಕ್ಷೆ ನೀಡುವ ಕೆಲಸ ಮಾಡುತ್ತಿದ್ದೀಯ. ಈಗ ಶಿಕ್ಷೆ ನೀಡುವ ಕೆಲಸವನ್ನು ನಾನು ಮಾಡುತ್ತೇನೆ, ನೀನು ಎಲ್ಲರಿಗೂ ಉಡುಗೊರೆ ಮತ್ತು ಪ್ರತಿಫಲ ನೀಡುವ ಕೆಲಸ ಮಾಡು.' ಹೀಗೆ ಚಕ್ರವರ್ತಿ ಮತ್ತು ಪ್ರಧಾನ ಮಂತ್ರಿ ತಮ್ಮ ಪಾತ್ರಗಳನ್ನು ಅದಲು-ಬದಲು ಮಾಡಿಕೊಂಡರು."

"ಆದರೆ ಒಂದು ತಿಂಗಳ ಒಳಗಾಗಿ ಅಲ್ಲಿ ದೊಡ್ಡ ಬಂಡಾಯವೇ ಎದ್ದಿತು! ಆ ಚಕ್ರವರ್ತಿ ಇದುವರೆಗೆ ಎಲ್ಲರಿಗೂ ಬಹುಮಾನ ನೀಡುತ್ತಾ, ದಯೆಯಿಂದ ನಡೆದುಕೊಳ್ಳುವ 'ಒಳ್ಳೆಯ ಮನುಷ್ಯ'ನಾಗಿದ್ದ. ಅಂತಹವನು ಇದ್ದಕ್ಕಿದ್ದಂತೆ ಜನರನ್ನು ಶಿಕ್ಷಿಸಲು ಶುರುಮಾಡಿದಾಗ ಜನರಿಗೆ ಸಹಿಸಿಕೊಳ್ಳಲು ಸಾಧ್ಯವಾಗಲಿಲ್ಲ. 'ಈ ಮುದಿ ಮನುಷ್ಯನಿಗೆ ಏನಾಗಿದೆ? ಇವನಿಗೆ ತಲೆ ಕೆಟ್ಟಿದೆಯೇ?' ಎಂದು ಅಂದುಕೊಂಡ ಜನರು ಅವನನ್ನು ಅಧಿಕಾರದಿಂದ ಕೆಳಗಿಳಿಸಿ ಹೊರದಬ್ಬಿದರು."

ಅವರು ಹೊಸ ಚಕ್ರವರ್ತಿಯನ್ನು ಹುಡುಕಲು ಹೊರಟಾಗ, ಜನರು ಅಂದುಕೊಂಡರು—'ಈಗ ಯಾರು ನಿಜಕ್ಕೂ ಬದಲಾಗುತ್ತಿದ್ದಾರೆ ಅಥವಾ ಸರಿಯಾಗಿ ನಡೆದುಕೊಳ್ಳುತ್ತಿದ್ದಾರೆ ಗೊತ್ತಾ? ಅದು ನಮ್ಮ ಪ್ರಧಾನ ಮಂತ್ರಿ.' ಹಾಗಾಗಿ ಅವರನ್ನೇ ಚಕ್ರವರ್ತಿಯನ್ನಾಗಿ ಮಾಡಿದರು."

"ಇದು ನಿಜವಾದ ಕಥೆಯೇ?" ಎಂದು ಯುವಕ ಕೇಳಿದ.

"ಯಾರಿಗೆ ಗೊತ್ತು?" ಎಂದು ಮ್ಯಾನೇಜರ್ ನಗುತ್ತಾ ಹೇಳಿದರು. "ಆದರೆ ಗಂಭೀರವಾಗಿ ಹೇಳಬೇಕೆಂದರೆ," ಅವರು ಮುಂದುವರಿಸಿದರು, "ನನಗೊಂದು ವಿಷಯ ಚೆನ್ನಾಗಿ ಗೊತ್ತು: ನೀವು ಮೊದಲು ಒಬ್ಬ ವ್ಯಕ್ತಿಯ ವರ್ತನೆಯ (Behavior) ಬಗ್ಗೆ ಕಟ್ಟುನಿಟ್ಟಾಗಿ ಇದ್ದು, ಆಮೇಲೆ ಆ ವ್ಯಕ್ತಿಗೆ (Person) ಬೆಂಬಲವಾಗಿ ನಿಂತರೆ, ಅದು ಹೆಚ್ಚು ಪರಿಣಾಮಕಾರಿಯಾಗಿ ಕೆಲಸ ಮಾಡುತ್ತದೆ."

"ಈ 'ಒಂದು ನಿಮಿಷದ ಮರುನಿರ್ದೇಶನ' (One Minute Re-Direct) ಕೆಲಸ ಮಾಡಿರುವ ಆಧುನಿಕ ಕಾಲದ ಉದಾಹರಣೆಗಳು ನಿಮ್ಮ ಬಳಿ ಇವೆಯೇ? ಬಹುಶಃ ಕಚೇರಿ ಕೆಲಸಕ್ಕಿಂತ ಹೊರಗಿನ ಉದಾಹರಣೆಗಳಿದ್ದರೆ ಹೇಳಿ."

"ಖಂಡಿತ. ದೇಶಾದ್ಯಂತ ಇರುವ ಕ್ರೀಡಾ ತರಬೇತುದಾರರು (Coaches) ತಮ್ಮ ಆಟಗಾರರ ಪ್ರದರ್ಶನವನ್ನು ಉತ್ತಮಪಡಿಸಲು ಇದೇ ರೀತಿಯ ತಂತ್ರವನ್ನು ಬಳಸುತ್ತಾರೆ. ಉದಾಹರಣೆಗೆ, ಒಬ್ಬ ಪ್ರಸಿದ್ಧ ಬಾಸ್ಕೆಟ್‌ಬಾಲ್ ಕೋಚ್, ತಾವು ಚಾಂಪಿಯನ್ ತಂಡಗಳನ್ನು ಕಟ್ಟಲು ಇದನ್ನು ಬಳಸುವುದಾಗಿ ನನ್ನ ಬಳಿ ಹೇಳಿದ್ದರು."

"ಅದು ಹೇಗೆ?"

"ಒಂದು ಮುಖ್ಯವಾದ ಪಂದ್ಯದಲ್ಲಿ ಅವರ ತಂಡದ ಅತ್ಯುತ್ತಮ ಆಟಗಾರನೇ ಬಹಳ ಕಳಪೆಯಾಗಿ ಆಡುತ್ತಿದ್ದನಂತೆ. ಅವನು ತನ್ನ ಆಟವನ್ನು ತಕ್ಷಣವೇ ಸುಧಾರಿಸಿಕೊಳ್ಳದಿದ್ದರೆ ತಂಡ ಸೋಲುವುದು ಖಚಿತವಾಗಿತ್ತು. ಹಾಗಾಗಿ ಕೋಚ್ ಆ ಆಟಗಾರನನ್ನು ಪಂದ್ಯದ ಮಧ್ಯದಲ್ಲೇ ಹೊರಗೆ ಕರೆದು, ಸೈಡ್ ಬೆಂಚ್ ಮೇಲೆ ಕುಳಿತುಕೊಳ್ಳುವಂತೆ ಮಾಡಿದರು."

"ತಮ್ಮ ಅತ್ಯುತ್ತಮ ಆಟಗಾರನನ್ನೇ ಹೊರಗೆ ಕರೆದರಾ?" ಎಂದು ಯುವಕ ಅಚ್ಚರಿಯಿಂದ ಕೇಳಿದ.

"ಅಷ್ಟು ಪ್ರಮುಖವಾದ ಪಂದ್ಯ ನಡೆಯುತ್ತಿರುವಾಗ, ತನ್ನ ಅತ್ಯುತ್ತಮ ಆಟಗಾರನನ್ನೇ ಹೊರಗಿಡಲು ಆ ಕೋಚ್‌ಗೆ ಹೇಗೆ ಧೈರ್ಯ ಬಂತು?" ಎಂದು ಯುವಕ ಆಶ್ಚರ್ಯದಿಂದ ಕೇಳಿದ.

ಮ್ಯಾನೇಜರ್ ವಿವರಿಸಿದರು, "ಅವನನ್ನು ಹೊರಗಿಡದೆ ಅವರಿಗೆ ಬೇರೆ ದಾರಿಯೇ ಇರಲಿಲ್ಲ. ಏಕೆಂದರೆ, ಆ ಆಟಗಾರ ತನ್ನ ಶ್ರೇಷ್ಠ ಮಟ್ಟದ ಆಟವನ್ನು (A-game) ಆಡದ ಹೊರತು ಆ ತಂಡ ಗೆಲ್ಲಲು ಸಾಧ್ಯವೇ ಇರಲಿಲ್ಲ. ಹಾಗೆಯೇ ಮುಂದುವರಿದಿದ್ದರೆ ಅವರು ಚಾಂಪಿಯನ್‌ಶಿಪ್ ರೇಸ್‌ನಿಂದಲೇ ಹೊರಬೀಳುತ್ತಿದ್ದರು."

"ಆಟಗಾರ ಬೆಂಚ್ ಮೇಲೆ ಕುಳಿತಾಗ, ಕೋಚ್ ಅವನು ಮಾಡುತ್ತಿದ್ದ ತಪ್ಪುಗಳನ್ನು ನಿಖರವಾಗಿ ಎತ್ತಿ ಹೇಳಿದರು: 'ನೀನು ಸುಲಭವಾದ ಅವಕಾಶಗಳನ್ನು (shots) ಕೈಬಿಡುತ್ತಿದ್ದೀಯಾ, ಚೆಂಡನ್ನು ಹಿಡಿಯುವಲ್ಲಿ (rebounds) ವಿಫಲನಾಗುತ್ತಿದ್ದೀಯಾ ಮತ್ತು ರಕ್ಷಣಾತ್ಮಕ ಆಟದಲ್ಲಿ (defense) ಸೋಮಾರಿತನ ತೋರುತ್ತಿದ್ದೀಯಾ. ನೀನು ಕನಿಷ್ಠ ಪ್ರಯತ್ನವನ್ನೂ ಮಾಡುತ್ತಿಲ್ಲ ಎಂದು ನೋಡಿ ನನಗೆ ನಿನ್ನ ಮೇಲೆ ಕೋಪ ಬರುತ್ತಿದೆ!'"

"ಕೋಚ್ ಒಂದು ಕ್ಷಣ ಮೌನವಾಗಿ ಅವನನ್ನೇ ನೋಡಿದರು, ನಂತರ ಸೇರಿಸಿದರು: 'ನಿನ್ನ ಸಾಮರ್ಥ್ಯ ಇದಕ್ಕಿಂತ ಎಷ್ಟೋ ಪಟ್ಟು ಮಿಗಿಲಾದುದು. ನೀನು ನಿನ್ನ ನಿಜವಾದ ಸಾಮರ್ಥ್ಯಕ್ಕೆ ತಕ್ಕಂತೆ ಆಡಲು ಸಿದ್ಧವಾಗುವವರೆಗೆ ಇಲ್ಲೇ ಬೆಂಚ್ ಮೇಲೆ ಕುಳಿತುಕೋ.'"

"ಸ್ವಲ್ಪ ಹೊತ್ತಿನ ನಂತರ(ಆ ಸ್ವಲ್ಪ ಹೊತ್ತು ಆ ಆಟಗರನಿಗೆ ಅಸಹನೀಯವಾದ ದೀರ್ಘಕಾಲ ಎನಿಸಿತ್ತು) ಆ ಆಟಗಾರ ಎದ್ದು ಬಂದು ಕೋಚ್ ಬಳಿ ಹೇಳಿದ,

‘ಕೋಚ್, ನಾನು ಆಡಲು ತಯಾರಿದ್ದೇನೆ.’ ಅದಕ್ಕೆ ಕೋಚ್, ‘ಹಾಗಾದರೆ ಮೈದಾನಕ್ಕೆ ಇಳಿದು ನಿನ್ನ ತಾಕತ್ತೇನೆಂದು ತೋರಿಸು’ ಎಂದರು.”

“ಆ ಆಟಗಾರ ಮರಳಿ ಮೈದಾನಕ್ಕೆ ಇಳಿದಾಗ ಆಟದ ಚಿತ್ರಣವೇ ಬದಲಾಯಿತು. ಮೈದಾನದ ಉದ್ದಗಲಕ್ಕೂ ಹಾರಾಡುತ್ತಾ, ಚೆಂಡಿಗಾಗಿ ಮೈಮರೆತು ಹೋರಾಡುತ್ತಾ ತನ್ನ ಎಂದಿನ ಶೈಲಿಯಲ್ಲಿ ಅಬ್ಬರಿಸಿದ. ಅವನ ಈ ಉತ್ಸಾಹವನ್ನು ಕಂಡು ತಂಡದ ಉಳಿದ ಆಟಗಾರರಲ್ಲೂ ಹೊಸ ಚೈತನ್ಯ ಬಂತು. ಅಂತಿಮವಾಗಿ ಅವರು ಆ ಪಂದ್ಯವನ್ನು ಗೆದ್ದರು.”

“ಹಾಗಾದರೆ ಮೂಲಭೂತವಾಗಿ,” ಯುವಕ ಅಂದ, “ಜಾನ್ ಲೆವಿ ಈ ಹಿಂದೆ ನನಗೆ ಹೇಳಿದ್ದ ಆ ಮೂರು ವಿಷಯಗಳನ್ನೇ ಆ ಕೋಚ್ ಕೂಡ ಮಾಡಿದ್ದಾರೆ: ಜನರು ಏನು ತಪ್ಪು ಮಾಡಿದ್ದಾರೆಂದು ಅವರಿಗೆ ತಿಳಿಸುವುದು; ಆ ಬಗ್ಗೆ ನಮಗೆ ಹೇಗನ್ನಿಸುತ್ತಿದೆ ಎಂದು ಹೇಳುವುದು; ಮತ್ತು ಅವರು ಇದಕ್ಕಿಂತ ಉತ್ತಮವಾಗಿ ಕೆಲಸ ಮಾಡಬಲ್ಲವರು ಎಂದು ಅವರಿಗೆ ನೆನಪಿಸುವುದು.”

“ಇನ್ನೊಂದು ಅರ್ಥದಲ್ಲಿ ಹೇಳಬೇಕೆಂದರೆ—ಅವರ ಕೆಲಸ (Performance) ಕೆಟ್ಟದಾಗಿರಬಹುದು, ಆದರೆ ವ್ಯಕ್ತಿಯಾಗಿ (Person) ಅವರು ಒಳ್ಳೆಯವರು.”

“ನಿಖರವಾಗಿ ಹೇಳಿದಿರಿ,” ಎಂದರು ಮ್ಯಾನೇಜರ್. “ನೋಡಿ, ನೀವು ಜನರನ್ನು ಮುನ್ನಡೆಸುವಾಗ ಅಥವಾ ನಾಯಕತ್ವ ವಹಿಸಿದಾಗ, ಅವರ ‘ನಡವಳಿಕೆ’ ಮತ್ತು ಅವರ ‘ವ್ಯಕ್ತಿತ್ವದ ಮೌಲ್ಯ’ ಇವೆರಡೂ ಒಂದೇ ಅಲ್ಲ ಎಂಬುದನ್ನು ನೆನಪಿಟ್ಟುಕೊಳ್ಳುವುದು ಬಹಳ ಮುಖ್ಯ. ಇಲ್ಲಿ ನಿಜವಾಗಿ ಏನು ಮುಖ್ಯ ಎಂದರೆ ತಮ್ಮ ನಡುವಳಿಕೆಯನ್ನು ನಿರ್ವಹಿಸುತ್ತಿರುವ ವ್ಯಕ್ತಿ.

“ನಾವು ನಮ್ಮ ಸ್ವಂತ ನಡವಳಿಕೆಯನ್ನು ನಿಯಂತ್ರಿಸಿಕೊಳ್ಳುವಾಗಲೂ ಇದು ನಮಗೆ ಸಮನಾಗಿ ಅನ್ವಯಿಸುತ್ತದೆ.”

“ನಿಜ ಹೇಳಬೇಕೆಂದರೆ, ಒಂದು ವೇಳೆ ನೀವು ಇದನ್ನು ಸರಿಯಾಗಿ ಅರಿತುಕೊಂಡರೆ,” ಮ್ಯಾನೇಜರ್ ತಮ್ಮ ಕಂಪ್ಯೂಟರ್ ಪರದೆಯ ಮೇಲೆ ಮತ್ತೊಂದು ಪುಟವನ್ನು ತೆರೆಯುತ್ತಾ ಹೇಳಿದರು, “ಒಂದು ಯಶಸ್ವಿ ‘ಮರುನಿರ್ದೇಶನ’ (Re-Direct) ನೀಡುವ ಅಸಲಿ ಗುಟ್ಟು ನಿಮಗೆ ತಿಳಿಯುತ್ತದೆ.”

*

ನಾವೆಂದರೆ ಕೇವಲ ನಮ್ಮ ನಡವಳಿಕೆಯಲ್ಲ.

ನಮ್ಮ ನಡವಳಿಕೆಯನ್ನು

ನಿರ್ವಹಿಸುತ್ತಿರುವ ಅಸಲಿ 'ಚೇತನವೇ' ನಾವು.

*

"ಒಂದು ನಿಮಿಷದ ಮರುನಿರ್ದೇಶನದ (Re-Direct) ಹಿಂದೆ ಒಬ್ಬ ವ್ಯಕ್ತಿಯ ಮೇಲಿರುವ ಗೌರವ ಮತ್ತು ಕಾಳಜಿ ಅಡಗಿದೆ ಎಂದು ತೋರುತ್ತಿದೆ," ಎಂದ ಯುವಕ.

"ನೀನು ಇದನ್ನು ಗಮನಿಸಿದ್ದು ನನಗೆ ಸಂತೋಷ ತಂದಿದೆ. ನೀನು ಯಾರನ್ನು ತಿದ್ದುತ್ತಿದ್ದೀಯೋ ಆ ವ್ಯಕ್ತಿಗೆ ಗೌರವ ನೀಡಿದಾಗ ಮಾತ್ರ ನೀನು ನಾಯಕನಾಗಿ ಹೆಚ್ಚು ಯಶಸ್ವಿಯಾಗಲು ಸಾಧ್ಯ," ಎಂದರು ಮ್ಯಾನೇಜರ್.

ಯುವಕ ತನ್ನ ಮುಂದಿನ ಪ್ರಶ್ನೆಯನ್ನು ಕೇಳಲು ಸ್ವಲ್ಪ ಹಿಂಜರಿದ. "ಈ ಒಂದು ನಿಮಿಷದ ಪ್ರಶಂಸೆ ಮತ್ತು ಮರುನಿರ್ದೇಶನಗಳು ಬಹಳ ಪರಿಣಾಮಕಾರಿ ನಿಜ, ಆದರೆ ಇವು ಜನರನ್ನು ನಮಗೆ ಬೇಕಾದಂತೆ ಕುತಂತ್ರದಿಂದ ಬಳಸಿಕೊಳ್ಳುವ (Manipulation) ಮಾರ್ಗಗಳಂತೆ ಕಾಣುವುದಿಲ್ಲವೇ?"

"ಅದೊಂದು ಅದ್ಭುತವಾದ ಪ್ರಶ್ನೆ," ಎಂದರು ಮ್ಯಾನೇಜರ್. "ಮ್ಯಾನಿಪುಲೇಷನ್ ಎಂದರೆ ಜನರನ್ನು ನಿಮ್ಮ ಸ್ವಾರ್ಥಕ್ಕಾಗಿ ಮೋಸದಿಂದ ನಿಯಂತ್ರಿಸುವುದು. ಒಂದು ವೇಳೆ ನೀನು ಜನರನ್ನು ಹಾಗೆ ಬಳಸಿಕೊಳ್ಳಲು ಹೋದರೆ, ನೀನು ಮಾಡುತ್ತಿರುವುದು ತಪ್ಪು ಎಂದು ಅರ್ಥ ಮತ್ತು ಅದು ಎಂದಾದರೂ ಒಮ್ಮೆ ನಿನಗೇ ತಿರುಗುಬಾಣವಾಗುತ್ತದೆ."

"ನಿನ್ನ ಕೆಲಸವೆಂದರೆ ಜನರಿಗೆ, ತಮ್ಮನ್ನು ತಾವು ಹೇಗೆ ನಿರ್ವಹಿಸಿಕೊಳ್ಳಬೇಕು (Manage themselves) ಮತ್ತು ಆ ಕೆಲಸವನ್ನು ಹೇಗೆ ಆನಂದಿಸಬೇಕು ಎಂದು ಕಲಿಸಿಕೊಡುವುದು. ನೀನು ಅವರ ಪಕ್ಕದಲ್ಲಿ ಇಲ್ಲದಿದ್ದಾಗಲೂ ಅವರು ಯಶಸ್ವಿಯಾಗಬೇಕು ಎಂಬುದು ನಿನ್ನ ಗುರಿಯಾಗಿರಬೇಕು."

"ಅದಕ್ಕಾಗಿಯೇ, ನೀನು ಏನು ಮಾಡುತ್ತಿದ್ದೀಯಾ ಮತ್ತು ಅದನ್ನು ಯಾಕೆ ಮಾಡುತ್ತಿದ್ದೀಯ ಎಂಬುದನ್ನು ಜನರಿಗೆ ಮೊದಲೇ ತಿಳಿಸುವುದು ಬಹಳ ಮುಖ್ಯ."

"ಜೀವನದ ಇತರೆಲ್ಲ ವಿಷಯಗಳಂತೆ ಇಲ್ಲೂ ಅಷ್ಟೇ; ಕೆಲವೊಂದು ಪದ್ಧತಿಗಳು ಕೆಲಸ ಮಾಡುತ್ತವೆ ಕೆಲವೊಂದು ಮಾಡುವುದಿಲ್ಲ, ಆದರೆ ಜನರೊಂದಿಗೆ ಪ್ರಾಮಾಣಿಕವಾಗಿರುವುದು ಯಾವಾಗಲೂ ಉತ್ತಮವಾಗಿ ಕೆಲಸ ಮಾಡುತ್ತದೆ. ನೀನು ಈಗಾಗಲೇ ಗಮನಿಸಿರಬಹುದು, ಅಪ್ರಾಮಾಣಿಕತೆಯು ಅಂತಿಮವಾಗಿ ಸೋಲಿಗೆ ದಾರಿ ಮಾಡಿಕೊಡುತ್ತದೆ."

"ನನಗೆ ಈಗ ಅರ್ಥವಾಗುತ್ತಿದೆ," ಯುವಕ ಅಂದ, "ನಿಮ್ಮ ಈ ನಿರ್ವಹಣಾ ಶೈಲಿಯ ಶಕ್ತಿ ಎಲ್ಲಿಂದ ಬರುತ್ತದೆ ಎಂದು—ನೀವು ಜನರ ಬಗ್ಗೆ ನಿಜವಾದ ಕಾಳಜಿ ವಹಿಸುತ್ತೀರಿ."

"ಹೌದು, ನಾನು ಜನರ ಬಗ್ಗೆ ಕಾಳಜಿ ವಹಿಸುತ್ತೇನೆ. ಅಷ್ಟೇ ಅಲ್ಲದೆ, ನಾನು ಫಲಿತಾಂಶಗಳ (Results) ಬಗ್ಗೆಯೂ ಅಷ್ಟೇ ಕಾಳಜಿ ವಹಿಸುತ್ತೇನೆ!" ಎಂದರು ಮ್ಯಾನೇಜರ್.

ಜನರು ಮತ್ತು ಕೆಲಸದ ಫಲಿತಾಂಶಗಳು ಒಂದಕ್ಕೊಂದು ಎಷ್ಟು ನಿಕಟವಾಗಿ ಸಂಬಂಧಿಸಿವೆ ಎಂಬುದು ಯುವಕನಿಗೆ ಈಗ ಹೆಚ್ಚು ಸ್ಪಷ್ಟವಾಗಿ ಅರ್ಥವಾಗಲಾರಂಭಿಸಿತು. ಈ ವಿಶೇಷ ಮ್ಯಾನೇಜರ್‌ನನ್ನು ಮೊದಲು ಭೇಟಿಯಾದಾಗ ಅವರು ಎಷ್ಟು ಒರಟಾಗಿ ಕಂಡಿದ್ದರು ಎಂಬುದು ಅವನಿಗೆ ನೆನಪಾಯಿತು.

ಮ್ಯಾನೇಜರ್ ಅವನ ಮನಸ್ಸನ್ನೇ ಓದಿದಂತೆ ಕಂಡಿತು. "ಕೆಲವೊಮ್ಮೆ," ಅವರು ಅಂದರು, "ನೀವು ಎಷ್ಟು ಕಾಳಜಿ ವಹಿಸಬೇಕೆಂದರೆ ನೀವು ಕಠಿಣವಾಗುವಷ್ಟರ ಮಟ್ಟಿಗೆ—ಅಂದರೆ, ಕಳಪೆ ಕೆಲಸದ ಬಗ್ಗೆ ಕಠಿಣವಾಗಿರಬೇಕೇ ಹೊರತು, ಆ ಕೆಲಸ ಮಾಡಿದ ವ್ಯಕ್ತಿಯ ಮೇಲಲ್ಲ."

"ನಿನಗೆ ನಿಸ್ಸಂದೇಹವಾಗಿ ತಿಳಿದಿರುವಂತೆ, ತಪ್ಪುಗಳನ್ನು ಮಾಡುವುದು ಸಮಸ್ಯೆಯಲ್ಲ. ಆದರೆ ಆ ತಪ್ಪುಗಳಿಂದ ಪಾಠ ಕಲಿಯದಿರುವುದು ನಿಜವಾದ ಸಮಸ್ಯೆಗಳನ್ನು ಸೃಷ್ಟಿಸುತ್ತದೆ."

ಯುವಕ ಕೇಳಿದ, "ಒಂದು ವೇಳೆ ನೀವು ಈಗಾಗಲೇ 'ಮರುನಿರ್ದೇಶನ' (Re-Direct) ನೀಡಿದ ಮೇಲೂ ಒಬ್ಬ ವ್ಯಕ್ತಿ ಪದೇ ಪದೇ ಅದೇ ತಪ್ಪುಗಳನ್ನು ಮಾಡುತ್ತಿದ್ದರೆ ಏನಾಗುತ್ತದೆ?"

"ಸರಿ, ನಾನೇ ನಿನ್ನನ್ನೊಂದು ಪ್ರಶ್ನೆ ಕೇಳುತ್ತೇನೆ," ಎಂದರು ಮ್ಯಾನೇಜರ್. "ಆ ರೀತಿ ನಡೆದಾಗ ಒಬ್ಬ ಮ್ಯಾನೇಜರ್‌ನಿಗೆ ಹೇಗನ್ನಿಸಬಹುದು ಎಂದು ನೀನು ಅಂದುಕೊಳ್ಳುತ್ತೀಯಾ?"

"ಬಹುಶಃ ಅಸಮಾಧಾನ, ಕಿರಿಕಿರಿ ಅಥವಾ ಕೋಪಕ್ಕೊಳಗಾಗಬಹುದು," ಎಂದ ಯುವಕ.

"ಹೌದು. ಅಂತಹ ಸಂದರ್ಭದಲ್ಲೇ ನೀವು ಸ್ವಲ್ಪ ವಿರಾಮ ತೆಗೆದುಕೊಂಡು ಪರಿಸ್ಥಿತಿಯನ್ನು ಶಾಂತವಾಗಿ ಅವಲೋಕಿಸಬೇಕು. ಇಲ್ಲವಾದರೆ ನಿಮ್ಮ ಆವೇಶಗಳು ನೀವು ತಪ್ಪು ನಿರ್ಧಾರ ತೆಗೆದುಕೊಳ್ಳುವಂತೆ ಮಾಡಬಹುದು."

"ಒಂದು ನಿಮಿಷದ ಮರುನಿರ್ದೇಶನದ (Re-Direct) ಉದ್ದೇಶ ಜನರಿಗೆ ಕಲಿಯಲು ಸಹಾಯ ಮಾಡುವುದು. ಆದರೆ, ಒಬ್ಬ ವ್ಯಕ್ತಿಗೆ ಕೆಲಸ ತಿಳಿದಿದ್ದರೂ ಮತ್ತು ಅದನ್ನು ಮಾಡಬಲ್ಲ ಸಾಮರ್ಥ್ಯವಿದ್ದರೂ, 'ನಾನು ಮಾಡುವುದಿಲ್ಲ' ಎಂಬ

ಹಠಮಾರಿ ಧೋರಣೆ (Won't do attitude) ಹೊಂದಿದ್ದರೆ, ಆಗ ನೀವು ಸಂಸ್ಥೆಗೆ ಉಂಟಾಗುತ್ತಿರುವ ನಷ್ಟದ ಬಗ್ಗೆ ಯೋಚಿಸಬೇಕು. ಅಂತಹ ವ್ಯಕ್ತಿಯನ್ನು ತಂಡದಲ್ಲಿ ಇರಿಸಿಕೊಳ್ಳಲು ಸಾಧ್ಯವೇ ಎಂದು ನಿರ್ಧರಿಸಬೇಕು."

ಯುವಕನಿಗೆ ಈ ಮಾತುಗಳು ಬಹಳ ತರ್ಕಬದ್ಧವಾಗಿ ಕಂಡವು. ಈಗ ಅವನಿಗೆ 'ನ್ಯೂ ಒನ್ ಮಿನಿಟ್ ಮ್ಯಾನೇಜರ್' ಕಂಡರೆ ಇಷ್ಟವಾಗತೊಡಗಿತ್ತು. ಜನರು ಅಲ್ಲಿ ಯಾಕೆ ಅಷ್ಟು ಸಂತೋಷದಿಂದ ಕೆಲಸ ಮಾಡುತ್ತಾರೆ ಎಂಬುದು ಅವನಿಗೆ ಅರ್ಥವಾಯಿತು. ಅವರು ಮ್ಯಾನೇಜರ್‌ಗಾಗಿ (For him) ಕೆಲಸ ಮಾಡುತ್ತಿರಲಿಲ್ಲ, ಬದಲಾಗಿ ಮ್ಯಾನೇಜರ್ ಜೊತೆಗೂಡಿ (With him) ಕೆಲಸ ಮಾಡುತ್ತಿದ್ದರು.

ಯುವಕ ಹೇಳಿದ, "ಬಹುಶಃ ಇದು ನಿಮಗೆ ಆಸಕ್ತಿದಾಯಕ ಎನಿಸಬಹುದು. ಗುರಿಗಳು ಮತ್ತು ಅವುಗಳ ಪರಿಣಾಮಗಳ ನಡುವಿನ ಸಂಬಂಧ ಹಾಗೂ ಈ ಮೂರು ರಹಸ್ಯಗಳು ಹೇಗೆ ಒಟ್ಟಾಗಿ ಕೆಲಸ ಮಾಡುತ್ತವೆ ಎಂದು ನೆನಪಿಟ್ಟುಕೊಳ್ಳಲು ನಾನು ಇದನ್ನು ಬರೆದಿದ್ದೇನೆ." ಅವನು ತನ್ನ ನೋಟ್ಸ್‌ನ ಒಂದು ಪುಟವನ್ನು ಮ್ಯಾನೇಜರ್‌ಗೆ ತೋರಿಸಿದ:

*

ಗುರಿಗಳು

ನಡವಳಿಕೆಯನ್ನು ಪ್ರಾರಂಭಿಸುತ್ತವೆ.

ಪರಿಣಾಮಗಳು

ಮುಂದಿನ ನಡವಳಿಕೆಯನ್ನು ಪ್ರಭಾವಿಸುತ್ತವೆ.

*

"ಅದು ಬಹಳ ಚೆನ್ನಾಗಿದೆ!" ಎಂದರು ಮ್ಯಾನೇಜರ್.

"ನಿಮಗೆ ನಿಜವಾಗಿಯೂ ಹಾಗೆ ಅನ್ನಿಸುತ್ತದೆಯೇ?" ಎಂದು ಯುವಕ ಕೇಳಿದ. ಅವನಿಗೆ ಆ ಪ್ರಶಂಸೆಯನ್ನು ಮತ್ತೊಮ್ಮೆ ಕೇಳಬೇಕೆಂಬ ಆಸೆ ಇತ್ತು.

ಮ್ಯಾನೇಜರ್ ಲಘು ಧಾಟಿಯಲ್ಲಿ ಚೇಷ್ಟೆ ಮಾಡುತ್ತಾ ಹೇಳಿದರು, "ಯುವಕನೇ, ಹ್ಯೂಮನ್ ಟೇಪ್ ರೆಕಾರ್ಡರ್ ಆಗುವುದು ನನ್ನ ಜೀವನದ ಉದ್ದೇಶವಲ್ಲ. ಹೇಳಿದ್ದನ್ನೇ ಮತ್ತೆ ಮತ್ತೆ ಹೇಳಲು ನನಗೆ ಸಮಯವಿಲ್ಲ."

ಮತ್ತೊಮ್ಮೆ ಪ್ರಶಂಸೆ ಸಿಗಬಹುದು ಎಂದು ನಿರೀಕ್ಷಿಸಿದ್ದ ಯುವಕನಿಗೆ, ಈಗ ಮ್ಯಾನೇಜರ್‌ನಿಂದ 'ಒಂದು ನಿಮಿಷದ ಮರುನಿರ್ದೇಶನ' (Re-Direct) ಸಿಗಲಿದೆ ಎಂಬ ಸಂಶಯ ಕಾಡಿತು.

ಆದರೆ ಚುರುಕಾದ ಆ ಯುವಕ ತನ್ನ ಮುಖಭಾವ ಬದಲಿಸದೆ, ಅತ್ಯಂತ ಗಂಭೀರವಾಗಿ ಕೇವಲ ಒಂದೇ ಒಂದು ಪದ ಕೇಳಿದ "ಏನು?"

(ಮ್ಯಾನೇಜರ್ 'ನಾನು ಹೇಳಿದ್ದನ್ನು ಪುನರಾವರ್ತಿಸುವುದಿಲ್ಲ' ಎಂದ ತಕ್ಷಣ, ಆ ಯುವಕ ಕೇಳದವನಂತೆ ನಟಿಸಿ 'ಏನು?' ಎಂದು ಕೇಳುವ ಮೂಲಕ ಅವರ ಕಾಲೆಳೆದಿದ್ದ!)

ಇಬ್ಬರೂ ಒಂದು ಕ್ಷಣ ಒಬ್ಬರನ್ನೊಬ್ಬರು ದಿಟ್ಟಿಸಿ ನೋಡಿದರು, ನಂತರ ಒಮ್ಮೆಲೇ ಜೋರಾಗಿ ನಕ್ಕರು.

"ನನಗೆ ನೀನು ಇಷ್ಟವಾದೆ ಯುವಕನೇ," ಎಂದರು ಮ್ಯಾನೇಜರ್. "ನಿನಗೆ ಇಲ್ಲಿ ಕೆಲಸ ಮಾಡಲು ಇಷ್ಟವಿದೆಯೇ?"

ಯುವಕ ಆಶ್ಚರ್ಯದಿಂದ ಅವರನ್ನು ದಿಟ್ಟಿಸಿದ. "ಅಂದರೆ, ನಾನು ನಿಮ್ಮ ಕೈಕೆಳಗೆ ಕೆಲಸ ಮಾಡಬೇಕೆಂದೇ?" ಎಂದು ಅತ್ಯಂತ ಉತ್ಸಾಹದಿಂದ ಕೇಳಿದ.

"ಅಲ್ಲ. ನಾನು ಹೇಳುತ್ತಿರುವುದು ನಿಮಗಾಗಿ ನೀವೇ ಕೆಲಸ ಮಾಡುವುದು ಎಂದು, ನಮ್ಮ ತಂಡದ ಉಳಿದ ಜನರಂತೆ. ಯಾರೂ ನಿಜವಾಗಿಯೂ ಇನ್ನೊಬ್ಬರಿಗಾಗಿ ಕೆಲಸ ಮಾಡುತ್ತಾರೆ ಎಂದು ನಾನು ನಂಬುವುದಿಲ್ಲ. ಅಂತರಾತ್ಮದಲ್ಲಿ, ಪ್ರತಿಯೊಬ್ಬ ವ್ಯಕ್ತಿಯೂ ತಮಗಾಗಿ ಕೆಲಸ ಮಾಡುವುದನ್ನೇ ಇಷ್ಟಪಡುತ್ತಾರೆ."

"ನಮ್ಮ ತಂಡದ ಜನರು ಪಾಲುದಾರರಂತೆ (Partners) ಕೆಲಸ ಮಾಡುತ್ತಾರೆ ಮತ್ತು ನಾವೆಲ್ಲರೂ ಒಟ್ಟಾಗಿ ಪ್ರಗತಿ ಸಾಧಿಸುವ ದಾರಿಗಳನ್ನು ಹುಡುಕುತ್ತೇವೆ. ಅವರು ಇನ್ನೂ ಉತ್ತಮವಾಗಿ ಕೆಲಸ ಮಾಡಲು ನಾನು ನನ್ನ ಕೈಲಾದ ಸಹಾಯ ಮಾಡುತ್ತೇನೆ; ಈ ಪ್ರಕ್ರಿಯೆಯಲ್ಲಿ ನಾವೆಲ್ಲರೂ ನಮ್ಮ ಕೆಲಸ ಮತ್ತು ಜೀವನವನ್ನು ಹೆಚ್ಚು ಆನಂದಿಸುತ್ತೇವೆ. ಜೊತೆಗೆ ನಮ್ಮ ಸಂಸ್ಥೆಗೂ ಇದರಿಂದ ದೊಡ್ಡ ಮಟ್ಟದ ಲಾಭವಾಗುತ್ತಿದೆ."

ಯುವಕ ಇಷ್ಟು ದಿನ ಹುಡುಕುತ್ತಿದ್ದದ್ದು ಅಕ್ಷರಶಃ ಇದನ್ನೇ ಆಗಿತ್ತು.

"ನನಗೆ ಇಲ್ಲಿ ಕೆಲಸ ಮಾಡಲು ತುಂಬಾ ಇಷ್ಟವಿದೆ," ಎಂದು ಅವನು ಹೇಳಿದ.

ಹಾಗೆಯೇ ಅವನು ಕೆಲಸಕ್ಕೆ ಸೇರಿದ.

ಕಾಲಕ್ರಮೇಣ, ಅಂತಹ ಒಬ್ಬ ವಿನೂತನ ಆಲೋಚನೆಯ ಮ್ಯಾನೇಜರ್ ಜೊತೆ ಕೆಲಸ ಮಾಡಿದ್ದರಿಂದ ಅವನಿಗೆ ಬಹಳಷ್ಟು ಪ್ರಯೋಜನವಾಯಿತು.

ಮತ್ತು ಅಂತಿಮವಾಗಿ, ಆಗಲೇಬೇಕಾದದ್ದು (The Inevitable) ಸಂಭವಿಸಿತು!

ಇನ್ನೊಬ್ಬ 'ನ್ಯೂ ಒನ್ ಮಿನಿಟ್ ಮ್ಯಾನೇಜರ್'

ಅವನೂ ಕೂಡ ಒಬ್ಬ 'ನ್ಯೂ ಒನ್ ಮಿನಿಟ್ ಮ್ಯಾನೇಜರ್' ಆಗಿ ಬದಲಾದನು.

ಅವನು ಕೇವಲ ಹಾಗೆ ಆಲೋಚಿಸಿದ ಕಾರಣಕ್ಕಲ್ಲ ಅಥವಾ ಕೇವಲ ಆ ಬಗ್ಗೆ ಮಾತನಾಡಿದ ಕಾರಣಕ್ಕಲ್ಲ, ಬದಲಾಗಿ ಒಬ್ಬ ನಾಯಕನಾಗಿ ಆ ತತ್ವಗಳನ್ನು ಕಾರ್ಯರೂಪಕ್ಕೆ ತಂದಿದ್ದರಿಂದ ಅವನು 'ಒನ್ ಮಿನಿಟ್ ಮ್ಯಾನೇಜರ್' ಆದನು.

ಅವನು ಎಲ್ಲವನ್ನೂ ಸರಳವಾಗಿರಿಸಿದನು:

ಅವನು 'ಒಂದು ನಿಮಿಷದ ಗುರಿ' ಗಳನ್ನು ನಿಗದಿಪಡಿಸಿದನು.

ಅವನು 'ಒಂದು ನಿಮಿಷದ ಪ್ರಶಂಸೆ'ಗಳನ್ನು ನೀಡಿದನು.

ಅವನು 'ಒಂದು ನಿಮಿಷದ ಮರುನಿರ್ದೇಶನ' ಗಳನ್ನು ನೀಡಿದನು.

ಅವನು ಸಂಕ್ಷಿಪ್ತ ಹಾಗೂ ಪ್ರಮುಖವಾದ ಪ್ರಶ್ನೆಗಳನ್ನು ಕೇಳುತ್ತಿದ್ದನು; ಸರಳ ಸತ್ಯವನ್ನೇ ಮಾತನಾಡುತ್ತಿದ್ದನು; ಮನಸಾರೆ ನಗುತ್ತಾ, ಶ್ರದ್ಧೆಯಿಂದ ಕೆಲಸ ಮಾಡುತ್ತಾ ಜೀವನವನ್ನು ಆನಂದಿಸಿದನು.

ಬಹುಶಃ ಎಲ್ಲಕ್ಕಿಂತ ಮುಖ್ಯವಾದ ವಿಷಯವೆಂದರೆ, ಅವನು ಕೇವಲ ನಿರ್ವಹಣೆ (Manage) ಮಾಡುವುದಷ್ಟೇ ಅಲ್ಲದೆ, ತನ್ನ ತಂಡದವರು ಸೃಜನಶೀಲರಾಗಲು ಮತ್ತು ಹೊಸ ಹೊಸ ಪ್ರಯೋಗಗಳನ್ನು ಮಾಡಲು ದಾರಿ ತೋರಿಸಿದನು. ತನ್ನ ಸುತ್ತಮುತ್ತಲಿನವರು ಸಹ ತಾವು ಕೆಲಸ ಮಾಡುವ ಜನರೊಂದಿಗೆ ಇದೇ ರೀತಿ ನಡೆದುಕೊಳ್ಳುವಂತೆ ಅವನು ಪ್ರೋತ್ಸಾಹಿಸಿದನು.

ಇತರರು ಸುಲಭವಾಗಿ 'ನ್ಯೂ ಒನ್ ಮಿನಿಟ್ ಮ್ಯಾನೇಜರ್' ಆಗಲು ನೆರವಾಗಲೆಂದು ಅವನು ಜೇಬಿನಲ್ಲಿ ಇಟ್ಟುಕೊಳ್ಳಬಹುದಾದ ಒಂದು ಪುಟ್ಟ 'ಗೇಮ್ ಪ್ಲಾನ್' (Game Plan) ಸಿದ್ಧಪಡಿಸಿದನು. ಯಾರಿಗೆ ಇದರಿಂದ ಪ್ರಯೋಜನವಾಗಬಹುದೋ ಅವರಿಗೆಲ್ಲ ಅದನ್ನು ಒಂದು ಉಪಯುಕ್ತ ಉಡುಗೊರೆಯಾಗಿ ನೀಡುತ್ತಿದ್ದನು.

ಆ ಗೇಮ್ ಪ್ಲಾನ್ ಹೀಗಿತ್ತು:

ಆರಂಭ (Start):

ಜನರು ಗೆಲ್ಲಲು ನೀವು ಅವರಿಗೆ ಹೇಗೆ ಸಹಾಯ ಮಾಡಲಿದ್ದೀರಿ ಎಂಬುದನ್ನು ಮೊದಲೇ ತಿಳಿಸಿ.

1. ಒಂದು ನಿಮಿಷದ ಗುರಿಗಳು (ONE MINUTE GOALS)

- ಗುರಿಗಳು ಯಾವುವು ಎಂಬುದನ್ನು ಸ್ಪಷ್ಟಪಡಿಸಿ.
- ಉತ್ತಮ ನಡವಳಿಕೆ ಅಥವಾ ಕೆಲಸ ಹೇಗಿರುತ್ತದೆ ಎಂದು ತೋರಿಸಿಕೊಡಿ.
- ಪ್ರತಿಯೊಂದು ಗುರಿಯನ್ನು ಒಂದೇ ಪುಟದಲ್ಲಿ ಬರೆಯಿರಿ.
- ಪದೇ ಪದೇ ಗುರಿಗಳನ್ನು ಸಂಕ್ಷಿಪ್ತವಾಗಿ ಅವಲೋಕಿಸಿ.
- ಜನರು ತಾವು ಮಾಡುತ್ತಿರುವ ಕೆಲಸವನ್ನು ಗಮನಿಸಲು ಮತ್ತು ಅದು ಅವರ ಗುರಿಗಳಿಗೆ ಹೊಂದಿಕೆಯಾಗುತ್ತದೆಯೇ ಎಂದು ನೋಡಲು ಪ್ರೋತ್ಸಾಹಿಸಿ.
- ಒಂದು ವೇಳೆ ಹೊಂದಿಕೆಯಾಗದಿದ್ದರೆ, ಅವರು ಮಾಡುತ್ತಿರುವುದನ್ನು ಬದಲಾಯಿಸಿ ಗೆಲ್ಲುವಂತೆ ಪ್ರೇರೇಪಿಸಿ.

ಗುರಿಗಳು ಸಾಕಾರಗೊಂಡರೆ

(ಅಥವಾ ಗುರಿಯ ಯಾವುದೇ ಭಾಗ)

↓

ನೀವು ಗೆದ್ದಿರಿ!

↓

ಒಂದು ನಿಮಿಷದ ಪ್ರಶಂಸೆಗಳು (ONE MINUTE PRAISINGS)

- ಅವರ ನಡವಳಿಕೆಯನ್ನು ಪ್ರಶಂಸಿಸಿ.
- ತಕ್ಷಣವೇ ಮಾಡಿ ಮತ್ತು ನಿಖರವಾಗಿ (Specific) ಇರಿ.
- ಆ ಕೆಲಸದಿಂದ ನಿಮಗೆ ಎಷ್ಟು ಸಂತೋಷವಾಗಿದೆ ಎಂದು ತಿಳಿಸಿ.
- ಅವರಿಗೂ ಆ ಸಂತೋಷವನ್ನು ಅನುಭವಿಸಲು ಒಂದು ಕ್ಷಣ ಮೌನವಾಗಿ ಬಿಡಿ.
- ಅದೇ ರೀತಿ ಉತ್ತಮ ಕೆಲಸವನ್ನು ಮುಂದುವರಿಸಲು ಅವರನ್ನು ಹುರಿದುಂಬಿಸಿ.

↓

ಹೆಚ್ಚಿನ ಯಶಸ್ಸಿನತ್ತ ಮುನ್ನಡೆಯಿರಿ.

ಗುರಿಗಳು ಸಾಕಾರಗೊಳ್ಳದಿದ್ದರೆ

↓

ನೀವು ಸೋತಿದ್ದೀರಿ.

↓

ಗೆಲ್ಲಲು ಸಹಾಯ ಮಾಡಲು
ಒಂದು ನಿಮಿಷದ ಮರುನಿರ್ದೇಶನಗಳು
(ONE MINUTE RE-DIRECTS)

↓

- ಗುರಿಗಳನ್ನು ಮತ್ತೊಮ್ಮೆ ಸ್ಪಷ್ಟಪಡಿಸಿ ಮತ್ತು ಅದಕ್ಕೆ ಸಮ್ಮತಿಸಿ.
- ಏನಾಯಿತು ಎಂಬುದನ್ನು ಖಚಿತಪಡಿಸಿಕೊಳ್ಳಿ.
- ತಪ್ಪನ್ನು ಆದಷ್ಟು ಬೇಗ ವಿವರಿಸಿ.
- ಆ ಬಗ್ಗೆ ನಿಮಗಿರುವ ಕಾಳಜಿಯನ್ನು ವ್ಯಕ್ತಪಡಿಸಿ.
- ಅವರಿಗೂ ಆ ತಪ್ಪಿನ ಬಗ್ಗೆ ಕಾಳಜಿ ಅಥವಾ ಅರಿವು ಮೂಡಲು ಸ್ವಲ್ಪ ಸಮಯ (ಮೌನ) ನೀಡಿ.
- ಅವರು ಆ ತಪ್ಪಿಗಿಂತಲೂ ಶ್ರೇಷ್ಠರು ಮತ್ತು ನೀವು ಅವರನ್ನು ಗೌರವಿಸುತ್ತೀರಿ ಎಂದು ತಿಳಿಸಿ.
- ಒಮ್ಮೆ ಅದು ಮುಗಿದ ಮೇಲೆ, ಆ ವಿಷಯವನ್ನು ಅಲ್ಲಿಗೇ ಬಿಟ್ಟುಬಿಡಿ.

↓

ಉತ್ತಮ ಪ್ರದರ್ಶನದತ್ತ ಮುನ್ನಡೆಯಿರಿ.

ನಿಮಗಾಗಿ ನೀವು ನೀಡುವ ಉಡುಗೊರೆ

ಹಲವು ವರ್ಷಗಳು ಉರುಳಿದವು. ಆತ ತಾನು ಮೊದಲ ಬಾರಿಗೆ 'ಒನ್ ಮಿನಿಟ್ ಮ್ಯಾನೇಜ್‌ಮೆಂಟ್' ಬಗ್ಗೆ ಕೇಳಿದ ದಿನಗಳನ್ನು ಹಿಂತಿರುಗಿ ನೋಡಿದಾಗ, ಅದು ಬಹಳ ಹಳೆಯ ಕಾಲದ ಕಥೆಯಂತೆ ಕಂಡಿತು.

ಅವನು ಆ 'ನ್ಯೂ ಒನ್ ಮಿನಿಟ್ ಮ್ಯಾನೇಜರ್'ನನ್ನು ಭೇಟಿಯಾದಾಗಿನಿಂದ ಇಂದಿನವರೆಗೆ, ಅವನ ಸಂಸ್ಥೆಯು ಇನ್ನು ಹೆಚ್ಚು ಚುರುಕಾಗಿ ಮತ್ತು ಸಮಯೋಚಿತವಾಗಿ ಸ್ಪಂದಿಸುವ ಅಗತ್ಯವು ಮೊದಲಿನಿಗಿಂತಲೂ ಹೆಚ್ಚಾಗಿತ್ತು. ಆದ್ದರಿಂದ, ಅಂದು ಆ ವಿಶೇಷ ಮ್ಯಾನೇಜರ್ ತಮ್ಮ ಸಮಯ ಮತ್ತು ಜ್ಞಾನವನ್ನು ಇಷ್ಟೊಂದು ಉದಾರವಾಗಿ ಹಂಚಿಕೊಂಡಿದ್ದಕ್ಕಾಗಿ ಅವನಿಗೆ ಅಪಾರ ಕೃತಜ್ಞತೆ ಎನಿಸಿತು. ಅವರು ಅಂದು ನೀಡಿದ್ದ ಮಾರ್ಗದರ್ಶನಗಳು ಅತ್ಯಂತ ಮೌಲ್ಯಯುತವೆಂದು ಕಾಲದ ಪರೀಕ್ಷೆಯಲ್ಲಿ ಸಾಬೀತಾಗಿದ್ದವು.

ತಾನು ಕಲಿತದ್ದನ್ನು ಇತರರೊಂದಿಗೆ ಹಂಚಿಕೊಳ್ಳುತ್ತೇನೆ ಎಂದು ಅಂದು ನೀಡಿದ್ದ ಮಾತನ್ನು ನೆನಪಿಸಿಕೊಂಡ ಅವನು, ಬಹಳ ಹಿಂದೆ ತಾನು ಮಾಡಿಕೊಂಡಿದ್ದ ಟಿಪ್ಪಣಿಗಳನ್ನು ಇಂದಿನ ಕಾಲಕ್ಕೆ ತಕ್ಕಂತೆ ವಿಸ್ತರಿಸಿದನು. ನಂತರ ಅದರ ಒಂದು ಪ್ರತಿಯನ್ನು ತನ್ನ ತಂಡದ ಪ್ರತಿಯೊಬ್ಬ ಸದಸ್ಯನಿಗೂ ನೀಡಿದನು.

ಅವರೆಲ್ಲರೂ ಆ ಟಿಪ್ಪಣಿಯನ್ನು ಓದಿದರು ಮತ್ತು ಈ **'ಮೂರು ರಹಸ್ಯ'**ಗಳನ್ನು ಬಳಸುವುದರಿಂದ ತಮ್ಮ ಕೆಲಸದಲ್ಲಿ ದೊಡ್ಡ ಬದಲಾವಣೆಯಾಗಿದೆ ಎಂದು ತಿಳಿಸಿದರು.

ವಿಶೇಷವಾಗಿ, ಪ್ರಶಂಸೆಗಳನ್ನು ಪರಿಣಾಮಕಾರಿ ಮರುನಿರ್ದೇಶನಗಳೊಂದಿಗೆ ಸರಿಯಾಗಿ ಸಮತೋಲನಗೊಳಿಸಿದಾಗ, ಗುರಿಗಳನ್ನು ಅಂದುಕೊಂಡಿದ್ದಕ್ಕಿಂತ ಮುಂಚೆಯೇ ಸಾಧಿಸಲು ಸಾಧ್ಯವಾಗುತ್ತದೆ ಎಂಬುದು ಅವರಿಗೆ ಮನವರಿಕೆಯಾಯಿತು.

ಅಷ್ಟೇ ಅಲ್ಲದೆ, ಹಲವು ಜನರು ಈ ತತ್ವಗಳನ್ನು ತಮ್ಮ ಮನೆಯಲ್ಲಿಯೂ ಅಳವಡಿಸಿಕೊಳ್ಳುತ್ತಿರುವುದಾಗಿ ತಿಳಿಸಿದರು. ಕುಟುಂಬದ ಸದಸ್ಯರು ಏನಾದರೂ ಒಳ್ಳೆಯ ಕೆಲಸ ಮಾಡಿದಾಗ ಅದನ್ನು ಪತ್ತೆಹಚ್ಚಿ ಪ್ರಶಂಸಿಸುವುದನ್ನು (Catching each other doing something right) ಅವರು ಈಗ ಆನಂದಿಸುತ್ತಿದ್ದರು.

ಲಿಜ್ ಅಕ್ವಿನೋ ಎಂಬಾಕೆ ಅವನ ಬಳಿ ಬಂದು, "ಈ ಮೂರು ರಹಸ್ಯಗಳನ್ನು

ನನಗೆ ತಿಳಿಸಿದ್ದಕ್ಕಾಗಿ ಧನ್ಯವಾದಗಳು. ಇದರಿಂದಾಗಿ ಈಗ ನನಗೆ ನನಗಾಗಿ ಮತ್ತು ನನ್ನ ಕೆಲಸಗಳಿಗಾಗಿ ಹೆಚ್ಚಿನ ಸಮಯ ಸಿಗುತ್ತಿದೆ," ಎಂದು ಕೃತಜ್ಞತೆ ಸಲ್ಲಿಸಿದಳು.

ಅದಕ್ಕೆ ಅವನು, "ಇದಕ್ಕಾಗಿ ನಾವು ಆ 'ನ್ಯೂ ಒನ್ ಮಿನಿಟ್ ಮ್ಯಾನೇಜರ್'ಗೆ ಧನ್ಯವಾದ ಅರ್ಪಿಸಬೇಕು," ಎಂದು ಉತ್ತರಿಸಿದನು. ತನ್ನ ಮೇಜಿನ ಬಳಿ ಕುಳಿತಿದ್ದಾಗ, ತಾನು ಎಷ್ಟು ಅದೃಷ್ಟವಂತ ಎಂದು ಅವನಿಗೆ ಅರಿವಾಯಿತು.

ಈಗ ಅವನಿಗೆ ನಿರಾಳವಾಗಿ ಯೋಚಿಸಲು, ಯೋಜನೆಗಳನ್ನು ರೂಪಿಸಲು ಮತ್ತು ತನ್ನ ಸಂಸ್ಥೆಗೆ ನಿಜವಾಗಿ ಬೇಕಾದ ರೀತಿಯಲ್ಲಿ ಸಹಾಯ ಮಾಡಲು ಸಾಕಷ್ಟು ಸಮಯವಿತ್ತು. ತನ್ನ ಕುಟುಂಬದೊಂದಿಗೆ ಕಾಲ ಕಳೆಯಲು ಮತ್ತು ಇತರ ಆಸಕ್ತಿಗಳನ್ನು ಬೆಳೆಸಿಕೊಳ್ಳಲು ಅವನಿಗೆ ಸಮಯ ಸಿಗುತ್ತಿತ್ತು. ಅಷ್ಟೇ ಅಲ್ಲದೆ, ವಿಶ್ರಾಂತಿ ಪಡೆಯಲು ಕೂಡ ಅವನಿಗೆ ಸಾಧ್ಯವಾಗುತ್ತಿತ್ತು. ಇತರ ಮ್ಯಾನೇಜರ್‌ಗಳು ಅನುಭವಿಸುವ ವಿಪರೀತ ಒತ್ತಡ ತನಗಿಲ್ಲವಲ್ಲ ಎಂದು ಅವನು ಹೆಮ್ಮೆಪಟ್ಟನು.

ಅವನ ತಂಡದ ಸದಸ್ಯರು ಅತ್ಯುತ್ತಮವಾಗಿ ಕೆಲಸ ಮಾಡುತ್ತಿದ್ದರಿಂದ, ಅವನ ವಿಭಾಗದಲ್ಲಿ ಸಿಬ್ಬಂದಿ ಸಮಸ್ಯೆಗಳು, ಅನಾರೋಗ್ಯದ ರಜೆಗಳು ಮತ್ತು ಗೈರುಹಾಜರಿಗಳು ಬಹಳ ಕಡಿಮೆಯಾಗಿದ್ದವು. ಇದು ಸಂಸ್ಥೆಯ ಆರ್ಥಿಕ ನಷ್ಟವನ್ನೂ ತಪ್ಪಿಸಿತ್ತು.

ಹಿಂತಿರುಗಿ ನೋಡಿದಾಗ, "ನಾನು ಇದನ್ನು ಪೂರ್ತಿಯಾಗಿ ಕರಗತ ಮಾಡಿಕೊಂಡ ಮೇಲೆಯೇ ಶುರು ಮಾಡುತ್ತೇನೆ" ಎಂದು ಕಾಯದೆ, ತಕ್ಷಣವೇ 'ಒನ್ ಮಿನಿಟ್ ಮ್ಯಾನೇಜ್‌ಮೆಂಟ್' ಬಳಸಲು ಆರಂಭಿಸಿದ್ದಕ್ಕಾಗಿ ಅವನಿಗೆ ಖುಷಿಯಾಯಿತು.

ಅವನು ತನ್ನ ತಂಡದವರ ಮುಂದೆ ಒಂದು ವಿಷಯವನ್ನು ಮುಕ್ತವಾಗಿ ಒಪ್ಪಿಕೊಂಡಿದ್ದ: "ಜನರು ಎಷ್ಟು ಒಳ್ಳೆಯವರು ಎಂದು ಮುಕ್ತವಾಗಿ ಹೊಗಳುವುದು ಅಥವಾ ನನ್ನ ಭಾವನೆಗಳನ್ನು ವ್ಯಕ್ತಪಡಿಸುವುದು ನನಗೆ ಅಷ್ಟಾಗಿ ರೂಢಿಯಿಲ್ಲ. ಹಾಗೆಯೇ, ನಾನು ನಿಮಗೆ ಮರುನಿರ್ದೇಶನ (Re-Direct) ನೀಡುವಾಗ, ನಿಮ್ಮ ಮೌಲ್ಯವನ್ನು ಮತ್ತು ನಿಮ್ಮ ಬಗ್ಗೆ ನನಗಿರುವ ಗೌರವವನ್ನು ನೆನಪಿಸಲು ನನಗೆ ಯಾವಾಗಲೂ ಸಾಧ್ಯವಾಗುತ್ತದೆ ಎಂಬ ಖಾತ್ರಿ ನನಗಿಲ್ಲ."

ಅದಕ್ಕೆ ತಂಡದ ಸದಸ್ಯರೊಬ್ಬರು, "ಪರವಾಗಿಲ್ಲ ಸರ್, ನೀವು ಕನಿಷ್ಠ ಪ್ರಯತ್ನವನ್ನಾದರೂ ಮಾಡಬಹುದಲ್ಲ!" ಎಂದು ಕಾಲೆಳೆದಾಗ ಅವನು ನಕ್ಕಿದ್ದ.

ತಾನು ಯಾವಾಗಲೂ ಎಲ್ಲವನ್ನೂ ಸರಿಯಾಗಿಯೇ ಮಾಡಲಾರೆ ಎಂದು ಒಪ್ಪಿಕೊಳ್ಳುವ ಮೂಲಕ ಮತ್ತು ತನ್ನ ತಂಡದವರಲ್ಲಿ "ನನ್ನಂತಹ ಮ್ಯಾನೇಜರ್‌ನೊಂದಿಗೆ ನಿಮಗೆ ಕೆಲಸ ಮಾಡಲು ಇಷ್ಟವಿದೆಯೇ?" ಎಂದು ಕೇಳುವ ಮೂಲಕ ಅವನು ಒಂದು ದೊಡ್ಡ ಸಾಧನೆ ಮಾಡಿದ್ದನು.

ತಮ್ಮ ಮ್ಯಾನೇಜರ್ ಮೊದಲಿನಿಂದಲೂ ಪ್ರಾಮಾಣಿಕವಾಗಿ ತಮ್ಮ ಪರವಾಗಿಯೇ ಇದ್ದಾರೆ (On their side) ಎಂಬುದು ಜನರಿಗೆ ತಿಳಿದಿತ್ತು. ಆ ಒಂದೇ ಒಂದು ನಂಬಿಕೆ ಎಲ್ಲವನ್ನೂ ಬದಲಿಸಿತ್ತು.

ಇರರರರಿಗಾಗಿ ನೀವು ನೀಡುವ ಉಡುಗೊರೆ

ಅವನು ಆಳವಾದ ಆಲೋಚನೆಯಲ್ಲಿ ಮುಳುಗಿದ್ದನು, ಹಾಗಾಗಿ ಇದ್ದಕ್ಕಿದ್ದಂತೆ ಫೋನ್ ಸದ್ದು ಮಾಡಿದಾಗ ಅವನು ಒಂದು ಕ್ಷಣ ಬೆಚ್ಚಿಬಿದ್ದನು.

ಅವನ ಸಹಾಯಕ ಹೀಗೆ ಹೇಳುವುದು ಕೇಳಿಸಿತು, “ಶುಭೋದಯ ಸರ್. ಫೋನ್‌ನಲ್ಲಿ ಒಬ್ಬ ಯುವತಿಯಿದ್ದಾರೆ, ಅವರು ಇಲ್ಲಿನ ನಿರ್ವಹಣಾ ಶೈಲಿಯ ಬಗ್ಗೆ ನಿಮ್ಮೊಂದಿಗೆ ಚರ್ಚಿಸಲು ಬರಬಹುದೇ ಎಂದು ಕೇಳುತ್ತಿದ್ದಾರೆ.”

ತನ್ನ ಹಳೆಯ ದಿನಗಳ ಅನುಭವಗಳನ್ನು ನೆನಪಿಸಿಕೊಂಡು ಅವನು ಮುಗುಳ್ನಕ್ಕನು. “ಅವರ ಜೊತೆ ಮಾತನಾಡಲು ನನಗೆ ಸಂತೋಷವಿದೆ,” ಎಂದು ಉತ್ತರಿಸಿದನು.

ನಂತರ, ಆ ಚುರುಕಾದ ಯುವತಿಯನ್ನು ಭೇಟಿಯಾದಾಗ ಅವನು ಹೇಳಿದನು, “ನಾಯಕತ್ವ ಮತ್ತು ನಿರ್ವಹಣೆಯ ಬಗ್ಗೆ ನಾನು ಕಲಿತ ವಿಷಯಗಳನ್ನು ನಿಮ್ಮೊಂದಿಗೆ ಹಂಚಿಕೊಳ್ಳಲು ನನಗೆ ಹೆಮ್ಮೆಯೆನಿಸುತ್ತದೆ.”

ಅವಳಿಗೆ ಕುಳಿತುಕೊಳ್ಳಲು ಆಸನವನ್ನು ತೋರಿಸುತ್ತಾ ಅವನು ಒಂದು ಮಾತು ಸೇರಿಸಿದನು, “ನಾನು ನಿಮ್ಮಲ್ಲಿ ಒಂದೇ ಒಂದು ವಿನಂತಿಯನ್ನು ಮಾಡಿಕೊಳ್ಳುತ್ತೇನೆ.”

“ಅದೇನು?” ಎಂದು ಆ ಸಂದರ್ಶಕಿ ಕುತೂಹಲದಿಂದ ಕೇಳಿದಳು.

“ಅತಿ ಸರಳ,” ಎಂದು ಅವನು ಶುರು ಮಾಡಿದನು, “ಒಂದು ವೇಳೆ ನಿನಗೆ ಈ ವಿಷಯಗಳು ಉಪಯುಕ್ತವೆಂದು ಕಂಡರೆ, ನೀವು ಕೂಡ...”

“ಇದನ್ನು ಇತರರೊಂದಿಗೆ ಹಂಚಿಕೊಳ್ಳಿ.”

***

:01 ಲೇಖಕರ ಕುರಿತು

ಕೆನ್ ಬ್ಲಾಂಚಾರ್ಡ್ (Ken Blanchard) ಪ್ರಪಂಚದ ಅತ್ಯಂತ ಪ್ರಭಾವಶಾಲಿ ನಾಯಕತ್ವದ ಪರಿಣಿತರಲ್ಲಿ ಒಬ್ಬರು. ಇವರು ಅತಿ ಹೆಚ್ಚು ಮಾರಾಟವಾದ ಐಕಾನಿಕ್ ಪುಸ್ತಕ 'ದ ಒನ್ ಮಿನಿಟ್ ಮ್ಯಾನೇಜರ್' (The One Minute Manager) ಮತ್ತು ಇತರ 60 ಪುಸ್ತಕಗಳ ಸಹ-ಲೇಖಕರಾಗಿದ್ದಾರೆ. ಇವರ ಪುಸ್ತಕಗಳು ಒಟ್ಟು 21 ಮಿಲಿಯನ್‌ಗಿಂತಲೂ ಹೆಚ್ಚು ಪ್ರತಿಗಳು ಮಾರಾಟವಾಗಿವೆ. ಇವರ ಅದ್ಭುತ ಕೃತಿಗಳು 42ಕ್ಕೂ ಹೆಚ್ಚು ಭಾಷೆಗಳಿಗೆ ಅನುವಾದಗೊಂಡಿವೆ ಮತ್ತು 2005 ರಲ್ಲಿ ಇವರನ್ನು ಅಮೆಜಾನ್‌ನ 'ಹಾಲ್ ಆಫ್ ಫೇಮ್'ಗೆ ಸಾರ್ವಕಾಲಿಕ ಟಾಪ್ 25 ಹೆಚ್ಚು ಮಾರಾಟವಾದ ಲೇಖಕರಲ್ಲಿ ಒಬ್ಬರೆಂದು ಸೇರಿಸಿಕೊಳ್ಳಲಾಯಿತು.

ಇವರು ತಮ್ಮ ಪತ್ನಿ ಮಾರ್ಗಿ ಅವರೊಂದಿಗೆ ಸೇರಿ ಸ್ಯಾನ್ ಡಿಯಾಗೋದ ಕ್ಯಾಲಿಫೋರ್ನಿಯಾದಲ್ಲಿ 'ದ ಕೆನ್ ಬ್ಲಾಂಚಾರ್ಡ್ ಕಂಪನೀಸ್' ಎನ್ನುವ ಅಂತರರಾಷ್ಟ್ರೀಯ ನಿರ್ವಹಣಾ ತರಬೇತಿ ಮತ್ತು ಸಲಹಾ ಸಂಸ್ಥೆಯನ್ನು ಸ್ಥಾಪಿಸಿದ್ದಾರೆ. ಅಲ್ಲದೆ, ಜನರನ್ನು ಸೇವಾ ನಾಯಕರನ್ನಾಗಿ (servant leaders) ಮಾಡಲು ಶ್ರಮಿಸುತ್ತಿರುವ 'ಲೀಡ್ ಲೈಕ್ ಜೀಸಸ್' (Lead Like Jesus) ಎಂಬ ವಿಶ್ವವ್ಯಾಪಿ ಸಂಸ್ಥೆಯ ಸಹ-ಸ್ಥಾಪಕರೂ ಆಗಿದ್ದಾರೆ.

ನಿರ್ವಹಣೆ, ನಾಯಕತ್ವ ಮತ್ತು ಭಾಷಣ ಕಲೆಗಳಲ್ಲಿನ ಕೊಡುಗೆಗಳಿಗಾಗಿ ಕೆನ್ ಅವರು ಹಲವಾರು ಪ್ರಶಸ್ತಿ ಮತ್ತು ಗೌರವಗಳನ್ನು ಪಡೆದಿದ್ದಾರೆ. ನ್ಯಾಷನಲ್ ಸ್ಪೀಕರ್ಸ್ ಅಸೋಸಿಯೇಷನ್ ಇವರಿಗೆ ತನ್ನ ಅತ್ಯುನ್ನತ ಗೌರವವಾದ 'ಕೌನ್ಸಿಲ್ ಆಫ್ ಪೀರ್ಸ್ ಅವಾರ್ಡ್ ಆಫ್ ಎಕ್ಸಲೆನ್ಸ್' ನೀಡಿದೆ. ಇವರನ್ನು 'ಟ್ರೈನಿಂಗ್ ಮ್ಯಾಗಜೀನ್' ಎಚ್‌ಆರ್‌ಡಿ (HRD) ಹಾಲ್ ಆಫ್ ಫೇಮ್‌ಗೆ ಸೇರಿಸಿದೆ ಮತ್ತು ಟೋಸ್ಟ್ ಮಾಸ್ಟರ್ಸ್ ಇಂಟರ್ನ್ಯಾಷನಲ್‌ನಿಂದ 'ಗೋಲ್ಡನ್ ಗ್ಯಾವೆಲ್' ಪ್ರಶಸ್ತಿ ಲಭಿಸಿದೆ.

ಬರೆಯದ ಅಥವಾ ಮಾತನಾಡದ ಸಮಯದಲ್ಲಿ ಕೆನ್ ಅವರು ಸ್ಯಾನ್ ಡಿಯಾಗೋ ವಿಶ್ವವಿದ್ಯಾಲಯದ ಎಕ್ಸಿಕ್ಯೂಟಿವ್ ಲೀಡರ್‌ಶಿಪ್ ಎಂ.ಎಸ್ ಕಾರ್ಯಕ್ರಮದಲ್ಲಿ ವಿದ್ಯಾರ್ಥಿಗಳಿಗೆ ಬೋಧಿಸುತ್ತಾರೆ. ನ್ಯೂಜೆರ್ಸಿಯಲ್ಲಿ ಹುಟ್ಟಿ ನ್ಯೂಯಾರ್ಕ್‌ನಲ್ಲಿ ಬೆಳೆದ ಕೆನ್ ಅವರು ಕೋಲ್ಗೇಟ್ ವಿಶ್ವವಿದ್ಯಾಲಯದಿಂದ ಎಂ.ಎ ಪದವಿ ಮತ್ತು ಕಾರ್ನೆಲ್ ವಿಶ್ವವಿದ್ಯಾಲಯದಿಂದ ಬಿ.ಎ ಮತ್ತು ಪಿಎಚ್‌ಡಿ ಪದವಿಗಳನ್ನು ಪಡೆದಿದ್ದಾರೆ.

ಸ್ಪೆನ್ಸರ್ ಜಾನ್ಸನ್, ಎಂ.ಡಿ. (Spencer Johnson, MD) ಪ್ರಪಂಚದ ಅತ್ಯಂತ ಗೌರವಾನ್ವಿತ ಚಿಂತಕ ನಾಯಕರು ಮತ್ತು ವ್ಯಾಪಕವಾಗಿ ಓದಲ್ಪಡುವ ಲೇಖಕರಲ್ಲಿ ಒಬ್ಬರು. ಇವರ ಪುಸ್ತಕಗಳು ನಮ್ಮ ಭಾಷೆ ಮತ್ತು ಸಂಸ್ಕೃತಿಯಲ್ಲಿ ಹಾಸುಹೊಕ್ಕಾಗಿವೆ.

'ಯು.ಎಸ್.ಎ. ಟುಡೇ' ಇವರನ್ನು 'ದ ಕಿಂಗ್ ಆಫ್ ಪ್ಯಾರಬಲ್ಸ್' (ದೃಷ್ಟಾಂತಗಳ ರಾಜ) ಎಂದು ಕರೆದಿದೆ. ಸಂಕೀರ್ಣ ವಿಷಯಗಳನ್ನು ಅತ್ಯಂತ ಸರಳವಾಗಿ ಪರಿಹರಿಸುವಲ್ಲಿ ಡಾ. ಜಾನ್ಸನ್ ಅಪ್ರತಿಮರು. ಇವರ ಪುಟ್ಟ ಪುಸ್ತಕಗಳು ಅಮೂಲ್ಯವಾದ ಒಳನೋಟಗಳು ಮತ್ತು ಪ್ರಾಯೋಗಿಕ ಸಾಧನಗಳನ್ನು ಒಳಗೊಂಡಿದ್ದು, ಲಕ್ಷಾಂತರ ಜನರು ಕಡಿಮೆ ಒತ್ತಡದೊಂದಿಗೆ ಸಂತೋಷ ಮತ್ತು ಯಶಸ್ಸನ್ನು ಪಡೆಯಲು ನೆರವಾಗುತ್ತಿವೆ.

ಇವರು ಬರೆದ 13 ಪುಸ್ತಕಗಳು 'ನ್ಯೂಯಾರ್ಕ್ ಟೈಮ್ಸ್' ಬೆಸ್ಟ್ ಸೆಲ್ಲರ್ ಪಟ್ಟಿಯಲ್ಲಿವೆ. ಅವುಗಳಲ್ಲಿ ನಂಬರ್ 1 ಸ್ಥಾನ ಪಡೆದ 'ಹೂ ಮೂವ್ಡ್ ಮೈ ಚೀಸ್?' (Who Moved My Cheese?) ಮತ್ತು ಕೆನ್ ಬ್ಲಾಂಚಾರ್ಡ್ ಅವರೊಂದಿಗೆ ಬರೆದ 'ದ ಒನ್ ಮಿನಿಟ್ ಮ್ಯಾನೇಜರ್' ಪ್ರಮುಖವಾದವು. ಸರಳ ಉತ್ತರಗಳ ಬಗ್ಗೆ ಜನರು ಅನುಮಾನ ಪಡುವ ಈ ಕಾಲದಲ್ಲಿಯೂ, ಜಗತ್ತಿನಾದ್ಯಂತ ಲಕ್ಷಾಂತರ ಓದುಗರು ಸ್ಪೆನ್ಸರ್ ಜಾನ್ಸನ್ ಅವರ ಕಥೆಗಳಲ್ಲಿನ ಸರಳ ಸತ್ಯಗಳನ್ನು ಅತ್ಯಂತ ಉಪಯುಕ್ತವೆಂದು ಕಂಡುಕೊಂಡಿದ್ದಾರೆ.

ಡಾ. ಜಾನ್ಸನ್ ಅವರ ಶಿಕ್ಷಣವು ದಕ್ಷಿಣ ಕ್ಯಾಲಿಫೋರ್ನಿಯಾ ವಿಶ್ವವಿದ್ಯಾಲಯದಿಂದ ಮನೋವಿಜ್ಞಾನದಲ್ಲಿ ಬಿ.ಎ ಪದವಿ, ರಾಯಲ್ ಕಾಲೇಜ್ ಆಫ್ ಸರ್ಜನ್ಸ್‌ನಿಂದ ಎಂಡಿ ಪದವಿ ಮತ್ತು ಮೇಯೊ ಕ್ಲಿನಿಕ್ ಹಾಗೂ ಹಾರ್ವರ್ಡ್ ಮೆಡಿಕಲ್ ಸ್ಕೂಲ್‌ನಲ್ಲಿ ವೈದ್ಯಕೀಯ ಶಿಕ್ಷಣವನ್ನು ಒಳಗೊಂಡಿದೆ.

ಅವರು ಹಾರ್ವರ್ಡ್ ಬಿಸಿನೆಸ್ ಸ್ಕೂಲ್‌ನಲ್ಲಿ ಲೀಡರ್‌ಶಿಪ್ ಫೆಲೋ ಆಗಿ ಮತ್ತು ಹಾರ್ವರ್ಡ್‌ನ ಕೆನಡಿ ಸ್ಕೂಲ್ ಆಫ್ ಗವರ್ನಮೆಂಟ್‌ನ 'ಸೆಂಟರ್ ಫಾರ್ ಪಬ್ಲಿಕ್ ಲೀಡರ್‌ಶಿಪ್'ಗೆ ಸಲಹೆಗಾರರಾಗಿ ಸೇವೆ ಸಲ್ಲಿಸಿದ್ದಾರೆ. ಜಗತ್ತಿನಾದ್ಯಂತ ಸ್ಪೆನ್ಸರ್ ಜಾನ್ಸನ್ ಅವರ ಪುಸ್ತಕಗಳ 50 ಮಿಲಿಯನ್‌ಗಿಂತಲೂ ಹೆಚ್ಚು ಪ್ರತಿಗಳು 47 ಭಾಷೆಗಳಲ್ಲಿ ಬಳಕೆಯಲ್ಲಿವೆ.

ವಾವ್ (WOW) ಪ್ರಕಾಶನದ ಇತರ ಕನ್ನಡ ಪುಸ್ತಕಗಳು

೧. ಇಕಿಗಾಯ್

೨. ಬದುಕಿನ ಅರ್ಥದ ಹುಡುಕಾಟದಲ್ಲಿ ಮನುಷ್ಯ

೩. ವಿಚಾರ ನಿಯಮ - ದಿ ಪಾವರ್ ಆಫ್ ಹ್ಯಾಪ್ಪಿ ಥಾಟ್ಸ್

೪. ಸ್ವಸಂವಾದ-ಒಂದು ಜಾದು : ನಿಮ್ಮ ರಿಮೋಟ್ ಕಂಟ್ರೋಲನ್ನು ಹೇಗೆ ಪಡೆದುಕೊಳ್ಳುವುದು

೫. ಸ್ವಯಂ ಜೊತೆ ಸಮರ - ಹರ್ಕ್ಯುಲಿಸ್‌ನ ಆಂತರಿಕ ಶೋಧ

೬. ಸಂಪೂರ್ಣ ಲಕ್ಷ್ಯ - ಸಂಪೂರ್ಣ ವಿಕಾಸವನ್ನು ಹೇಗೆ ಕೈಗೊಳ್ಳುವುದು

೭. ಸ್ವೀಕಾರದ ಜಾದು - ತ್ವರಿತ ಆನಂದವನ್ನು ಪಡೆಯುವುದು ಹೇಗೆ

೮. ಮೃತ್ಯು ನಂತರದ ಜೀವನ - ಮಹಾಜೀವನ

೯. ಜಾಗೃತಿ ಮೂಡಿಸುವ ಉತ್ತರಗಳು - ಜೀವನದ ೧೧೧ ಜಿಜ್ಞಾಸೆಗಳ ಪರಿಹಾರ

೧೦. ಆಲಸ್ಯದಿಂದ ಮುಕ್ತಿಗೆ ೧೪ ಹೆಜ್ಜೆಗಳು

೧೧. ಕ್ಷಮೆಯ ಜಾದು- ಮನದಲ್ಲಿಯೇ ಕ್ಷಮೆಯಾಚಿಸಿ ಎಲ್ಲ ದುಃಖಗಳಿಂದ ಮುಕ್ತಿ ಪಡೆಯುವುದು ಹೇಗೆ

೧೨. ಅಭ್ಯಾಸ ಬಲ

೧೩. ದ ಮ್ಯಾಜಿಕ್ ಆಫ್ ಗಾಡ್ ಬ್ಲೆಸ್ ಯು

೧೪. ಭಾವನೆಗಳ ಮೇಲೆ ವಿಜಯ

೧೫. ಇಚಿಗೊ ಇಚಿಯೆ

೧೬. ವಾಬಿ ಸಾಬಿ

೧೭. ಕಾನ್ಸಂಟ್ರೇಶನ್ - ಏಕಾಗ್ರ ಮನಸ್ಸಿನ ಚಮತ್ಕಾರ

೧೮. ಜನ್ಮಜನ್ಮಾಂತರದ ಪಾಠಗಳು ಮತ್ತು ಸ್ಮೃತಿಗಳ ಉಪಚಾರ

೧೯. ಸ್ವಾಸ್ಥ್ಯಕ್ಕಾಗಿ ವಿಚಾರ ನಿಯಮಗಳು

೨೦. ಇಕಿಗಾಯ್ ಹದಿಹರೆಯದವರಿಗಾಗಿ

Visit Us :
https://gethappythoughts.org/products/books/kannada/
https://wowpublishings.com/product-category/kannada-books/
Contact : 9011013210

ತೇಜಜ್ಞಾನ ಫೌಂಡೇಷನ್ - ಮುಖ್ಯ ಶಾಖೆಗಳು

ಪುಣೆ (ರೆಜಿಸ್ಟರ್ಡ್ ಆಫೀಸ್): ವಿಕ್ರಾಂತ ಕಾಂಪ್ಲೆಕ್ಸ್, ತಪೋವನ ಮಂದಿರದ ಹತ್ತಿರ, ಪಿಂಪರಿ, ಪುಣೆ- 411017. ದೂರವಾಣಿ-020-27411240, 27412576

ಮನನ ಆಶ್ರಮ: ಸರ್ವೆ ನಂ.43, ಸನಸ್ ನಗರ, ನಾಂದೋಶಿ ಹಳ್ಳಿ, ಕಿರ್ಕಿಟವಾಡಿ ತಿರುವು, ತಾಲೂಕ-ಹವೇಲಿ, ಜಿಲ್ಲೆ-ಪುಣೆ-411024. ದೂರವಾಣಿ: 09921008060

ವಿಶ್ವಶಾಂತಿ ಪ್ರಾರ್ಥನೆ:

ಪೃಥ್ವಿಯ ಮೇಲೆ ಬಿಳಿ ಪ್ರಕಾಶ (ದಿವ್ಯ ಶಕ್ತಿ) ಬೀಳುತ್ತಿದೆ.
ಪೃಥ್ವಿಯಿಂದ ಸ್ವರ್ಣ ಪ್ರಕಾಶ (ಚೇತನ) ಹೊರಹೊಮ್ಮುತ್ತಿದೆ.
ವಿಶ್ವದಿಂದ ಎಲ್ಲ ನಕಾರಾತ್ಮಕತೆ ದೂರವಾಗುತ್ತಿದೆ.
ಎಲ್ಲರೂ ಪ್ರೇಮ, ಆನಂದ ಹಾಗೂ ಶಾಂತಿಗಾಗಿ ತೆರೆಯುತ್ತಿದ್ದಾರೆ, ಅರಳುತ್ತಿದ್ದಾರೆ.

ಈ 'ಸಾಮೂಹಿಕ ಅವ್ಯಕ್ತಿಗತ ಪ್ರಾರ್ಥನೆ'ಯನ್ನು ತೇಜಜ್ಞಾನ ಫೌಂಡೇಶನ್ನಿನ ಸದಸ್ಯರು ಅನೇಕ ವರ್ಷಗಳಿಂದ ನಿರಂತರವಾಗಿ ಮಾಡುತ್ತಾ ಬಂದಿದ್ದಾರೆ. ಖುಷಿಯಾಗಿರುವ ಜನರು ಈ ಪ್ರಾರ್ಥನೆಯನ್ನು ಮಾಡಬಹುದು. ಹಾಗು ರೋಗಿಗಳು, ದುಃಖದಲ್ಲಿರುವ ಜನರು ಆ ಹೊತ್ತಿನಲ್ಲಿ ಒಂದು ಜಾಗದಲ್ಲಿ ಕುಳಿತು ಈ ಪ್ರಾರ್ಥನೆಯನ್ನು ಗ್ರಹಣ ಮಾಡಿ ಸ್ವಾಸ್ಥ್ಯದ ಲಾಭವನ್ನು ಪಡೆಯಬಹುದು.

ಒಂದುವೇಳೆ ನೀವು ತೊಂದರೆಯಲ್ಲಿದ್ದರೆ ಅಥವಾ ರೋಗಗ್ರಸ್ಥರಾಗಿದ್ದರೆ ದಿನಾ ಬೆಳಿಗ್ಗೆ ಅಥವಾ ರಾತ್ರಿ 9:09 ಹೊತ್ತಿನಲ್ಲಿ ಗ್ರಹಣಶೀಲರಾಗಿ ಈ ಭಾವದಲ್ಲಿ ಕುಳಿತುಕೊಳ್ಳಿ, 'ಯಾವ ಸ್ವಾಸ್ಥ್ಯ ಹಾಗು ಶಾಂತಿಯ ಬಿಳಿ ಪ್ರಕಾಶ ಈ ಹೊತ್ತಿನಲ್ಲಿ ಅನೇಕ ಜನರ ಮುಖಾಂತರ ಪೃಥ್ವಿಯ ಮೇಲೆ ಬೀಳುತ್ತಿದೆಯೋ ಅದು ನನ್ನ ಮೇಲೆ ಕೆಲಸ ಮಾಡುತ್ತಿದೆ. ನಾನು ಸ್ವಸ್ಥ ಹಾಗು ಶಾಂತನಾಗುತ್ತಿದ್ದೇನೆ.' ಕೆಲ ಸಮಯ ಈ ಭಾವನೆಯಲ್ಲಿ ಇದ್ದು ಎಲ್ಲರಿಗೂ ಧನ್ಯವಾದಗಳನ್ನು ಹೇಳುತ್ತಾ ಏಳಬಹುದು.

ನಮ್ರ ವಿನಂತೆ: ವಿಶ್ವಶಾಂತಿಗಾಗಿ ಲಕ್ಷಾಂತರ ಜನರು ಪ್ರತಿದಿನ ೯.೦೯ ಬೆಳಿಗ್ಗೆ ಮತ್ತು ರಾತ್ರಿ ಮೇಲೆ ತಿಳಿಸಿದ ಪ್ರಾರ್ಥನೆಯನ್ನು ಸಲ್ಲಿಸುತ್ತಿದ್ದರೆ. ಜೊತೆಗೆ ಭಾರತೀಯ ಸಮಯದ ಅನುಸಾರವಾಗಿ ಪ್ರತಿದಿನ ಮುಂಜಾನೆ ೬:೧೫, ಮಧ್ಯಾಹ್ನ ೩:೩೦ ಮತ್ತು ರಾತ್ರಿ ೯ ಘಂಟೆಗೆ ಯು-ಟ್ಯೂಬ್ ಮುಖಾಂತರ 'ಧ್ಯಾನ ಪ್ರಾರ್ಥನಾಬೀಜ' ಪ್ರಸಾರಿತವಾಗುತ್ತದೆ. ಕೃಪೆಮಾಡಿ ನೀವು ಕೂಡ ಇದರಲ್ಲಿ ಭಾಗವಹಿಸಿರಿ. ಧನ್ಯವಾದಗಳು!

ಹ್ಯಾಪ್ಪಿ ಥಾಟ್ಸ್ ಪರಮ ಜ್ಞಾನ ಯು-ಟ್ಯೂಬ್ ಚಾನಲ್ (Hindi)

www.ingramcontent.com/pod-product-compliance
Lightning Source LLC
Chambersburg PA
CBHW031332230926
51848CB00001B/200